哈福

哈福

越配 / 越勞 / 新住民 都適用

越南人輕鬆學中文‧台語

— 中文‧台語‧英文‧越南文 四語對照 —

Easy to Learn
Chinese & Taiwanese

精選日常生活會話500句
附漢字音標、台語拼音
一口氣學會說國台語

附 MP3

Nguyen Kim Nga‧陳依僑 —— 合著

哈福

新住民學中文&台語寶典

　　台灣的新住民不少，不論是來自越南的新娘，或是遠從越南來台的越傭、越勞，他們遠渡重洋來台或定居或短期工作，已為台灣的人口寫下新的一頁。

　　國內的外籍新娘，主要為來自東南亞的新娘。其中以越南新娘的人數最多，她們遠嫁到台灣，包括文化不同及語言溝通，都是日常生活中最常遭遇的問題。

　　對於這些遠道而來的外籍新娘，本書特別為他們量身訂作，精選日常活中必備的五百句會話。採用中文、台語、英語及越南語，四語對照，學習效果一級棒。內容包括日常生活中的問候語、打招呼、自我介紹、生活用語等，簡單易學，可以快速提升外籍新娘的語詞量及說的能力。學習語言的同時，還能學到在地文化及生活習俗，完全融入台灣社會。

　　外籍新娘的中文識字教育，是刻不容緩的。能學好中文，對教導子女、融入社會極為重要。促進和家人的溝通，有助於下一代的教育和成長。能使用中文和外界交流，才能拓展社會生活，得到其他的資訊和技能。

外籍新娘為台灣帶來新台灣之子，當了媽媽的他們還負有文化傳承及教養的責任，若不能用在地的語言、文化、習俗來教育小孩，對下一代的學習機會及能力的養成，將失去先機。

如果中文不通，不論是和家人溝通或教養孩子，都無法暢所欲言，或表達不完整，易造成許多誤會，這都是很令人遺憾的事情。因此若能善用中文說寫能力，可以消除和家人溝通不良的障礙，教育小孩也不會有困擾。本書豐富的詞語句型，將能協助外籍新娘輕鬆融入台灣的文化及生活習俗中。

國內也有不少的越傭、監護工、越勞，本書亦適用，幫助外勞朋友學些簡易的中文及台語，完全突破語言障礙，發揮超強的學習功能。希望本書能達成「增強新住民在台生活技能」，亦或「增加主雇的良性溝通」，幫助新住民朋友在台生活無障礙。

目錄

篇章四

gōutōng piān
溝通篇

Kau-thong-phain
Communication
TRANG CÂU THÔNG

篇章五
感情篇
gǎnqíng piān

Kam-cheng-phain
Emotion
TRANG TÌNH CẢM

問候篇

wèn hòu piān

Bun-ho-phain

Greeting

TRANG HỎI THĂM

(1) 打招呼
dǎ zhāo hū

 MP3-2

Phah-chio-ho

中文	台語
zǎo ān 早安	Gau-cha
nín hǎo 您好！	Li-ho
Wǔ ān 午安	Ngo-an
nín hǎo ma 您好嗎？	Li-ho-bo?
Hái hǎo 還好	Pu-tun

Saying Hello	CHÀO HỎI
英文	越南文

Good morning.

Chào buổi sáng

Hello!

Ông (Bà, cô, chú…) khoẻ !

Good afternoon.

Chào buổi trưa

How are you?

Ông (Bà, cô, chú…) có khoẻ không ?

Not bad.

Khoẻ

時間和天氣篇
飲食篇
溝通篇
感情篇
應用篇
生活篇
《附錄》

中文	台語
wǎn ān 晚安	Am-an
zàijiàn 再見	Chai-kan
míng tiān jiàn 明天見	Bin-a-chai chai-kan.
qǐng bǎo zhòng 請保重	Chai po-tiong.
nǐ de shēn tǐ hǎo ma 你的身體好嗎？	Li e san-ta ho-bo?

英文	越南文
Good night.	Chào buổi tối
Goodbye.	Hẹn gặp lai
See you tomorrow.	Mai gặp lại
Take care.	Xin bảo trọng
How is your health?	Ông (Bà, cô, chú…) trong người có khoẻ không ?

時間和天氣篇

飲食篇

溝通篇

感情篇

應用篇

生活篇

《附錄》

中文	台語
Xiè xiè , wǒ hěn hǎo 謝謝，我很好	To-sia, Goa-chin-ho.
kàn jiàn nǐ zhēn hǎo 看見你真好	Kho-tioh li chia-ho.
nǐ chī bǎo le méi 你吃飽了沒？	Li chiah-po bo?

英文	越南文
Thank you, I am fine.	Cám ôn, tôi khoẻ lắm.
It's good to see you.	Gặp được Ông (Bà, cô, chú…) rất tốt.
Are you full?	Ông (Bà, cô, chú…) ăn no chưa ?

中文 →

問候篇

時間和天氣篇

飲食篇

溝通篇

感情篇

應用篇

生活篇

《附錄》

(2) 禮貌用語

Lǐ mào yòng yǔ

 MP3-3

Le-mau gi-gian

中文	台語
qǐng 請	Chai
xiè xiè 謝謝	To-sia
duì bù qǐ 對不起	Si-Lea
qǐng wèn 請問	Chai-mng
qǐng màn zǒu 請慢走	Chai-ban-kia.

Courtesy Language

TỪ DÙNG LỄ PHÉP

英文	越南文
Please.	Xin, mời
Thank you.	Cám ơn
Sorry.	Xin lỗi
Excuse me.	Xin hỏi
Take care.	Xin đi chậm chậm (lời tiễn khách).

時間和天氣篇

飲食篇

溝通篇

感情篇

應用篇

生活篇

《附錄》

中文	台語

qǐng màn yòng
請 慢 用

Chai-ban-eng.

yǒu shì ma
有事嗎？

U tai-chi bo?

Méi wèn tí
沒問題

Bo bun-te.

qǐng shāo hòu
請 稍 候

Chai teing-hao.

dǎ rǎo yī xià
打擾一下

Ta-jiau chit-e.

英文	越南文
Enjoy your meal.	Xin dùng chậm chậm (chúc ngon miệng)
May I help you?	Có chuyện gì hả ?
No problem.	Không vấn đề gì
Wait a moment, please.	Xin chờ giây lát
Do you have a minute?	Làm phiền một tí

問候篇

時間和天氣篇

飲食篇

溝通篇

感情篇

應用篇

生活篇

《附錄》

中文	台語
bù kè qì 不客氣	Bo-Kheh-khi.
méi guān xì 沒關係	Bo kuan-he.
bù hǎo yì si 不好意思	Phai-se

英文	越南文
You are welcome.	Không khách sáo (đừng khách sáo)
Never mind.	không sao
Sorry about it.	Ngại lắm

時間和天氣篇

飲食篇

溝通篇

感情篇

應用篇

生活篇

《附錄》

中文	台語
wáng xiān shēng，nín hǎo **王 先 生，您 好！**	Wong sen-si li-ho.
Qǐng xiàng wáng tài tài wèn hǎo **請 向 王 太 太 問 好**	Chai ka Wong tai-tai bun-ho.
qǐng xiàng nǐ quán jiā wèn hǎo **請 向 你 全 家 問 好**	Chai ka li chuan ka bun-ho.
qǐng xiàng wáng nǎi nai wèn hǎo **請 向 王 奶 奶 問 好**	Chai ka Wong a-ma bun-ho.
yǒu kòng qǐng lái wǒ jiā wán **有 空 請 來 我 家 玩**	U-eng chai Lai goa-tau te-to.

Expressing One's Regard

BIỂU ĐẠT SỰ HỎI THĂM

英文	越南文
Hello, Mr. Wang.	Ông Vương, Ông có khoẻ không ?
Please say hello to Mrs. Wang.	Xin cho gửi lời hỏi thăm Bà Vương.
Please send my regards to your family.	Xin cho gửi lời hỏi thăm cả gia đình Ông (Bà, cô, chú…).
Please send my regards to grandma Wang.	Xin cho gửi lời hỏi thăm Bà (bà nội) Vương.
Please come and visit me when you are free.	Có rảnh mời đến nhà tôi chơi.

天氣篇和

飲食篇

溝通篇

感情篇

應用篇

生活篇

《附錄》

中文	台語
yǒu kòng lái zuò 有空來坐	U-eng lai che.
xū yào bāng máng ma 需要幫忙嗎？	Su-iau pang-bang bo?
Bù yòng le ， xiè xiè nǐ 不用了，謝謝你	M-bain-lak, To-sia li.
wǒ zìjǐ lái jiù hǎo ， xiè xiè 我自己來就好，謝謝	Goa ka-ki lai chiu ho, To-sia.

時間和
天氣篇

飲食篇

溝通篇

感情篇

應用篇

生活篇

《附錄》

英文	越南文
Come anytime.	Có rảnh đến ngồi chơi nhé.
Anything I can do for you?	Cần giúp đỡ không ?
It's OK, thank you.	Không cần, cám ơn Ông (Bà, cô, chú…).
I am Ok, thanks.	Tôi tự làm lấy được rồi, cám ơn.

(4) 稱謂
chēng wèi

cheng-ho

中文	台語
xiān shēng 先 生	Sian-si.
xiǎo jiě 小姐	Sio-chia.
tài tài 太太	Thai-thai.
zhàng fū 丈夫	Tiong-hu.
gōng gōng 公 公	Ta-kaa.

Titles	GỌI LÀ
英文	**越南文**
Sir	Ông
Madame	Cô
wife	Bà
husband	chồng
father-in-law	bố chồng

問候篇

時間和天氣篇

飲食篇

溝通篇

感情篇

應用篇

生活篇

《附錄》

中文	台語
pó po 婆婆	Ta-ke.
gē gē 哥哥	A-hia.
jiě jie 姊姊	A-che.
mèi mei 妹妹	Sio-boai.
dì dì 弟弟	Sio-ti.

英文	越南文
mother-in-law	mẹ chồng
elder brother	anh
elder sister	chị
younger sister	em gái
younger brother	em trai

時間和天氣篇

飲食篇

溝通篇

感情篇

隱用篇

生活篇

《附錄》

中文	台語
yéyé 爺爺	A-kong.
Nǎinai 奶奶	A-ma.
sǎo sǎo 嫂嫂	A-so.
xiǎo shū 小叔	Sio-chek.
ér zi 兒子	Cha-po-kia.
nǚ ér 女兒	Cha-bo-kia.
sūn zi 孫子	Sun

英文	越南文
grandpa	Ông ngoại
grandma	Bà ngoại
sister-in-law	chị dâu
brother-in-law	chú (em chồng)
son	con trai
daughter	con gái
grandson	cháu

時間和天氣篇

飲食篇

溝通篇

感情篇

應用篇

生活篇

《附錄》

(5) 代名詞
dài míng cí

 MP3-6

Tai-beng-su

中文	台語
nǐ 你	Li
wǒ 我	Goa
tā 他	I
tā 她	I
nǐ men 你們	Lin

時間和天氣篇

飲食篇

溝通篇

感情篇

應用篇

生活篇

《附錄》

Pronoun	ĐẠI DANH TỪ
英文	越南文

| you | Ông (Bà, cô, chú…) |

| I | tôi |

| he | Ông (chú, anh…) ấy |

| she | Bà (cô, chị…) ấy |

| you | các Ông (Bà, cô, cậu…) (chúng mày) |

中文	台語
^{wǒ men} 我們	Goan
^{tā men} 他們	In
^{shuí} 誰	chia
^{nǐ de} 你的	Li-e
^{wǒ de} 我的	Goa-e
^{tā de} 他的	I-e
^{shuí de} 誰的	chia-e

英文	越南文
we	chúng tôi, chúng ta…
they	họ (chúng nó)
who	ai
your	của Ông (Bà, cô, chú…)
my	của tôi
his	của Ông (anh…) ta
whose	của ai

shí jiān hé tiān qì piān

時間和天氣篇

Si-kan ka Thi-khi Phain

Time and Weather

TRANG THỜI TIẾT VÀ THỜI GIAN

中文	台語
xiànzài jǐ diǎn le 現在幾點了？	Chit ma kui tiam?
Xiànzài shì shàngwǔ shí diǎn zhěng 現在是上午十點整	Chit ma si cha-ki chap-tiam.
xiànzài shì shàngwǔ shí diǎn bàn 現在是上午十點半	Chit ma si cha-ki chap-tiam poa.
chà shíwǔ fèn jiù shí yī diǎn le 差十五分就十一點了	Koh chap-go-cheng chiu chap-it-tiam.
shí yī diǎn yòuguò shí fēn le 十一點又過十分了	Chap-it-tiam kou ko chap-feng.
wǒ wàngjì dài shǒubiǎo le 我忘記帶手錶了	Gao be-gi tai chhin-pio.

問候篇

時間和天氣篇

飲食篇

溝通篇

感情篇

應用篇

生活篇

《附錄》

Time	TỪ DÙNG THỜI GIAN
英文	**越南文**
What time is it?	Bây giờ mấy giờ rồi ?
It's ten o'clock in the morning.	Bây giờ là 10 giờ sáng.
It's half past ten in the morning.	Bây giờ là 10 giờ 30 phút sáng.
It's quarter to eleven.	15 phút nữa 11 giờ.
It's ten past eleven.	11 giờ 10 phút.
I forgot my watch.	Tôi quên đeo đồng hồ rồi.

jīntiān xīngqí jǐ
(2) 今天星期幾？

🔘 MP3-8

中文	台語

Kin-a-jit pai-kui?

Jīntiān shì xīngqí jǐ le
今天是星期幾了？

Kin-a-jit si le-pai-kui?

Jīntiān shì xīngqí yī
今天是星期一

Kin-a-jit si le-pai-it.

jīntiān shì xīngqí èr
今天是星期二

Kin-a-jit si le-pai-ji.

jīntiān shì xīngqísān
今天是星期三

Kin-a-jit si le-pai-san.

jīntiān shì xīngqísì
今天是星期四

Kin-a-jit si le-pai-si.

問候篇

時間和
天氣篇

飲食篇

溝通篇

感情篇

應用篇

生活篇

《附錄》

What day is today?

HÔM NAY THỨ MẤY?

英文	越南文
What day is today?	Hôm nay thứ mấy rồi?
Today is Monday.	Hôm nay thứ Hai.
Today is Tuesday.	Hôm nay thứ Ba.
Today is Wednesday.	Hôm nay thứ Tư.
Today is Thursday.	Hôm nay thứ Năm.

中文	台語
jīntiān shì xīngqíwǔ 今天是星期五	Kin-a-jit si le-pai-go.
jīntiān shì xīngqíliù 今天是星期六	Kin-a-jit si le-pai-lak.
jīntiān shì xīngqírì (tiān) 今天是星期日（天）	Kin-a-jit si le-pai-jit.

英文	越南文
Today is Friday.	Hôm nay thứ Sáu.
Today is Saturday.	Hôm nay thứ Bảy.
Today is Sunday.	Hôm nay chủ nhật.

問候篇

時間和天氣篇

飲食篇

溝通篇

感情篇

應用篇

生活篇

《附錄》

rìqí

 MP3-9

中文	台語
jīntiān shì jǐ yuè jǐ hào 今天是幾月幾號？	Kin-a-jit si kui-goeh-kui-jit?
Jīntiān shì yī yuè yī rì 今天是一月一日	Kin-a-jit si it-goeh-chhe-it.
jīntiān shì èr yuè jiǔ rì 今天是二月九日	Kin-a-jit si ji-goeh-chhe-kau.
jīntiān shì sān yuè bā rì 今天是三月八日	Kin-a-jit si sa-goeh-chhe-peh.
jīntiān shì sì yuè sì rì 今天是四月四日	Kin-a-jit si si-goeh-chhe-si.

問候篇

時間和天氣篇

飲食篇

溝通篇

感情篇

應用篇

生活篇

《附錄》

Date

NGÀY

英文	越南文

What day is today?

Hôm nay là ngày mấy tháng mấy ?

Today is January 1st.

Hôm nay là ngày 1 tháng 1.

Today is February 9th.

Hôm nay là ngày 9 tháng 2.

Today is March 8th.

Hôm nay là ngày 8 tháng 3.

Today is April 4th.

Hôm nay là ngày 4 tháng 4.

中文	台語
^{jīntiān shì wǔ yuè wǔ rì} 今天是五月五日	Kin-a-jit si go-goeh-chhe-go.
^{jīntiān shì liù yuè shí rì} 今天是六月十日	Kin-a-jit si lak-goeh-chap-jit
^{jīntiān shì qī yuè èr rì} 今天是七月二日	Kin-a-jit si chhit-goeh--ji
^{jīntiān shì bā yuè shíwǔ rì} 今天是八月十五日	Kin-a-jit si peh-goeh-chap-go-jit
^{jīntiān shì jiǔ yuè shíliù rì} 今天是九月十六日	Kin-a-jit si kau-goeh-chap-lak-jit.

Today is May 5th.

Hôm nay là ngày 5 tháng 5.

Today is June 10th.

Hôm nay là ngày 10 tháng 6.

Today is July 2nd.

Hôm nay là ngày 2 tháng 7.

Today is August 15th.

Hôm nay là ngày 15 tháng 8.

Today is September 16th.

Hôm nay là ngày 16 tháng 9.

問候篇

天氣篇 時間和

飲食篇

溝通篇

感情篇

應用篇

生活篇

《附錄》

中文	台語
jīntiān shì shí yuè èrshí rì 今天是十月二十日	Kin-a-jit si chap-goeh-ji-chap-jit.
jīntiān shì shíyī yuè èrshíwǔ rì 今天是十一月二十五日	Kin-a-jit si chap-chit-goeh-ji-chap-go-jit.
jīntiān shì shí'èr yuè sānshí rì 今天是十二月三十日	Kin-a-jit si chap-ji-goeh-sa-chap-jit.

問候篇

時間和天氣篇

飲食篇

溝通篇

感情篇

應用篇

生活篇

《附錄》

英文	越南文
Today is October 20th.	Hôm nay là ngày 20 tháng 10.
Today is November 25th.	Hôm nay là ngày 25 tháng 11.
Today is December 30th.	Hôm nay là ngày 30 tháng 12.

Kuan-he si-kan

中文	台語

jīntiān shì lǐbài tiān
今天是禮拜天

Kin-a-jit si le-pai-jit

míngtiān yǒu fàngjià
明天有放假

Bin-a-chai pang-ke.

hòutiān yào qù wán
後天要去玩

Au-jit beh-khi-te-to.

zuótiān wǒ yù dào mǎlì
昨天我遇到瑪麗

Cha-hng goa to-thih ma-li.

wǒ shàngwǔ yào qù mǎi cài
我上午要去買菜

Goa cha-khi-ki beh khi-ba tsia.

Talking about Time

VỀ THỜI GIAN

英文

越南文

問候篇

天氣篇 時間和

飲食篇

溝通篇

感情篇

應用篇

生活篇

《附錄》

Today is Sunday.

Hôm nay là ngày chủ nhật.

Tomorrow is a holiday.

Ngày mai có nghỉ phép.

We are going out the day after tomorrow.

Ngày mốt muốn đi chơi.

I met Mary yesterday.

Hôm qua tôi gặp Mary.

I am going for grocery shopping in the morning.

Buổi sáng tôi phải đi chợ.

中文	台語
xiàwǔ kěnéng huì xià yǔ 下午可能會下雨	E-po kho-leng e loh-ho.
báitiān de tiānqì hěn mēn rè 白天的天氣很悶熱	Jit-si e thi-khi chin sio-joah.
wǎnshàng yào huí jiā shuìjiào 晚上要回家睡覺	Am-si e to-tng lai khun.
bànyè shí tiānqì biàn lěng 半夜時天氣變冷	poa-mi si thi-khi pin-lem.
wǒ shàng gè yuè hěn máng 我 上 個 月 很 忙	Goa deng-ko goeh chin bo eng.
wǒ zhège yuè kāishǐ xué zhōngwén 我這個月開始學中文	Goa chit-ko goeh kai-si ua tong-bun.
wǒ xià gè yuè yào qù lǚyóu 我下個月要去旅遊	Goa e-ko goeh beh-khi li-heng.

英文	越南文
It may rain this afternoon.	Buổi chiều có lẽ sẽ mưa.
It is hot and stuffy during the day time.	Thời tiết ban ngày oi bức quá.
Come home and sleep during the night.	Tối phải về nhà ngủ.
It will turn cold after midnight.	Nửa đêm trời trở lạnh.
I was busy last month.	Tháng trước tôi bận lắm.
I started to learn Chinese this month.	Tháng này tôi bắt đầu học tiếng Hoa.
I am going for a trip next month.	Tháng sau tôi muốn đi du lịch.

問候篇

天氣篇　時間和

飲食篇

溝通篇

感情篇

應用篇

生活篇

《附錄》

Sim-bih si-chun.

中文	台語

nǐ shénme shíhòu chūqù
你什麼時候出去？

li sim-bih si-chun chhut-khi?

Nǐ shénme shíhòu huílái
你什麼時候回來？

li sim-bih si-chun teng-lai.

Nǐ shénme shíhòu shàngbān
你什麼時候上班？

li sim-bih si-chun siang-ban.

Nǐ shénme shíhòu xiàbān
你什麼時候下班？

li sim-bih si-chun ha-ban.

Nǐ shénme shíhòu fàng jià
你什麼時候放假？

li sim-bih si-chun pang-ke.

問候篇

時間和天氣篇

飲食篇

溝通篇

感情篇

應用篇

生活篇

《附錄》

When? / KHI NÀO

英文	越南文
When are you going out?	Khi nào Ông (Bà, cô, chú…) đi ra ngoài ?
When are you coming back?	Khi nào Ông (Bà, cô, chú…) về ?
What time are you going to work?	Khi nào Ông (Bà, cô, chú…) đi làm ?
What time are you off the work?	Khi nào Ông (Bà, cô, chú…) tan tầm?
When do you have a vacation?	Khi nào Ông (Bà, cô, chú…) nghỉ phép ?

中文	台語
Nǐ shénme shíhòu dǐdá 你什麼時候抵達？	li sim-bih si-chun kau-ui?
Nǐ shénme shíhòu jiéhūn 你什麼時候結婚？	li sim-bih si-chun kiat-hun?
Nǐ shénme shíhòu bìyè 你什麼時候畢業？	li sim-bih si-chun be-yep?
Nǐ shénme shíhòu kǎoshì 你什麼時候考試？	li sim-bih si-chun kho-chhi?
Nǐ shénme shíhòu shēngrì 你什麼時候生日？	li sim-bih si-chun sim-jit？

英文	越南文
When will you arrive?	Khi nào Ông (Bà, cô, chú…) đến nơi ?
When will you get married?	Khi nào Ông (Bà, cô, chú…) kết hôn ?
When will you graduate?	Khi nào Ông (Bà, cô, chú…) tốt nghiệp ?
When do you have a test?	Khi nào Ông (Bà, cô, chú…) thi ?
When is you birthday?	Khi nào Ông (Bà, cô, chú…) sinh nhật ?

問候篇

時間和天氣篇

飲食篇

溝通篇

感情篇

應用篇

生活篇

《附錄》

MP3-12

中文	台語

Thi-khi

tiānqì zhēn hǎo
天氣真好！

Thi-khi chai-ho

Jīntiān shì qíngtiān
今天是晴天

Kin-a-jit si ho-thi

jīntiān hěn rè
今天很熱

Kin-a-jit chai-joah.

jīntiān hěn lěng
今天很冷

Kin-a-jit chai ling.

jīntiān tiānqì bù hǎo
今天天氣不好！

Kin-a-jit thi-khi bo-ho!

閃候篇

天氣篇 時間和

飲食篇

溝通篇

感情篇

應用篇

生活篇

《附錄》

Weather

THỜI TIẾT

英文	越南文

It's a nice weather.

Thời tiết rất tốt !

It is sunny.

Hôm nay đẹp trời.

It is hot.

Hôm nay nóng quá.

It is cold.

Hôm nay lạnh quá.

It's a bad weather.

Hôm nay thời tiết xấu !

中文	台語
Xià yǔle 下雨了	loh-ho.
táifēng yào láile 颱風要來了	Thai-hong beh lai lak.
jīntiān fēng hěn dà 今天風很大	Kin-a-jit hong chai-toa.
jīntiān zhēn liángkuai 今天真涼快	Kin-a-jit chai liang.
jīntiān zhēn nuǎnhuo 今天真暖和	Kin-a-jit chai un-loan.
xià yǔtiān yào dài sǎn 下雨天要帶傘	Loh-ho-thi ai toa ho-soa.
míngtiān yǒu hánliú lái 明天有寒流來	Bin-a-chai u han-liu lai.

英文	越南文
It is raining.	Trời mưa rồi.
A typhoon is coming.	Bão sắp đến.
It is windy.	Hôm nay gió to.
It is cool.	Hôm nay mát trời.
It is warm.	Hôm nay thật ấm.
Remember to bring the umbrella when it rains.	Ngày mưa phải mang dù.
A cold front is coming tomorrow.	Ngày mai có hàn lưu đến.

問候篇
時間和天氣篇
飲食篇
溝通篇
感情篇
應用篇
生活篇
《附錄》

筆記欄

飲食篇

Lim-chiah-phian

Food

TRANG ĂN UỐNG

zhǔ shí（1）煮食

 MP3-13

chi-chiah

中文	台語

jǐ diǎn yào chīfàn
幾點要吃飯？

Kui-tiam beh chiah-png?

Hái yào tiān fàn ma
還要添飯嗎？

Beh-ko ta-pen bo?

Cài hé wèikǒu ma
菜合胃口嗎？

Tsia u ha ui-khao bo?

Dàjiā lái chīfànle
大家來吃飯了

Ta-ka lia chiah-pen lak.

wǒ qù qiè yīxiē shuǐguǒ
我去切一些水果

Goa khi chi chit-si-a tsui-ko.

問候篇

時間和天氣篇

飲食篇

溝通篇

感情篇

應用篇

生活篇

《附錄》

Cooking	NẤU ĂN
英文	越南文
What time will the meal start?	Mấy giờ muốn ăn cơm ?
Do you want more rice?	Cần thêm cơm không ?
Is the food OK?	Thức ăn có hợp khẩu vị không ?
The meal is ready.	Tất cả cùng đến ăn cơm.
I'll go preparing some fruit.	Tôi đi cắt một ít trái cây.

中文	台語
<ruby>我<rt>wǒ</rt></ruby> <ruby>準<rt>zhǔn</rt></ruby><ruby>備<rt>bèi</rt></ruby><ruby>了<rt>le</rt></ruby><ruby>一<rt>yī</rt></ruby><ruby>些<rt>xiē</rt></ruby><ruby>點<rt>diǎn</rt></ruby><ruby>心<rt>xīn</rt></ruby>	Goa chun-pi chit-si-a tian-sim.
<ruby>要<rt>yào</rt></ruby><ruby>喝<rt>hē</rt></ruby><ruby>飲<rt>yǐn</rt></ruby><ruby>料<rt>liào</rt></ruby><ruby>嗎<rt>ma</rt></ruby>？	Beh-ko lam im-liau bo?
<ruby>還<rt>Hái</rt></ruby><ruby>需<rt>xū</rt></ruby><ruby>要<rt>yào</rt></ruby><ruby>什<rt>shén</rt></ruby><ruby>麼<rt>me</rt></ruby><ruby>嗎<rt>ma</rt></ruby>	Beh-ko a sia-mi bo?
<ruby>今<rt>Jīn</rt></ruby><ruby>天<rt>tiān</rt></ruby><ruby>的<rt>de</rt></ruby><ruby>菜<rt>cài</rt></ruby><ruby>很<rt>hěn</rt></ruby><ruby>好<rt>hào</rt></ruby><ruby>吃<rt>chī</rt></ruby>	Kin-a-jit e tsia chin-ho-chia.
<ruby>菜<rt>cài</rt></ruby><ruby>要<rt>yào</rt></ruby><ruby>怎<rt>zěn</rt></ruby><ruby>麼<rt>me</rt></ruby><ruby>煮<rt>zhǔ</rt></ruby>？	Tsia beh am-na-chi?

英文	越南文
I have prepared some dessert.	Tôi đã chuẩn bị một ít điểm tâm.
Do you want any drink?	Muốn uống nước giải khát không ?
Do you need anything else?	Còn cần gì nữa không ?
The meal is delicious.	Thức ăn hôm nay rất ngon.
How do I cook this food?	Thức ăn (cải) phải nấu như thế nào ?

問候篇

時間和天氣篇

飲食篇

溝通篇

感情篇

應用篇

生活篇

《附錄》

中文	台語
Wǎncān yào chī xiē shénme 晚餐要吃些什麼？	Am-ting beh chia hsia-mi?
Wǎncān yào huílái chī ma 晚餐要回來吃嗎？	Am-ting beh teng lia chia?
Nǐ xiǎng chī shénme 你想吃什麼？	Li-siong beh chia hsia-mi?
Nǐ bù chī shénme 你不吃什麼？	Li m-chia hsia-mi?

英文	越南文
What would you like for dinner?	Bữa tôi muốn ăn những gì ?
Will you be home for dinner?	Bữa tôi muốn về ăn không ?
What would you like to eat?	Ông (Bà, cô, chú…) muốn ăn gì ?
What don't you eat?	Ông (Bà, cô, chú…) không ăn những gì ?

MP3-14

中文	台語

zhège tài suān
這個太酸

Chit-e siu-sng.

zhège tài tián
這個太甜

Chit-e siu-tiu.

zhège tài kǔ
這個太苦

Chit-e siu-kho.

zhège tài là
這個太辣

Chit-e siu-hian.

zhège tài xián
這個太鹹

Chit-e siu-kian.

This is too sour

Cái này chua quá.

This is too sweet.

Cái này ngọt quá.

This is too bitter.

Cái này đắng quá.

This is too spicy.

Cái này cay quá.

This is too salty.

Cái này mặn quá.

問候篇

時間和天氣篇

飲食篇

溝通篇

感情篇

應用篇

生活篇

《附錄》

中文	台語
zhège tài bīng 這個太冰	Chit-e siu-Peng.
zhège tài tàng 這個太燙	Chit-e siu-sio.
zhège tài lěng 這個太冷	Chit-e siu-lin.
zhège hěn xiāng 這個很香	Chit-e chin-phang.
zhège hěn chòu 這個很臭	Chit-e chin-chhau.

This is too freezing.

Cái này lạnh quá.

This is too hot.

Cái này nóng quá.

This is too cold.

Cái này nguội quá.

This is fragrant.

Cái này rất thơm.

This is stinks.

Cái này rất thối.

問候篇

時間和天氣篇

飲食篇

溝通篇

感情篇

應用篇

生活篇

《附錄》

中文	台語
jīntiān mǎi de shuǐguǒ hǎo tián 今天買的水果好甜	Kin-a-jit e tsui-ko chin-tiu.
tāng bùyào jiātài duō yán, huì tài xián 湯不要加太多鹽，會太鹹	M-ho ka sim-chit-yam. e-sim-kian.
jīntiān de cài tài yóule 今天的菜太油了	Kin-a-jit e tsia siu-ui.
cài bùyào tài là 菜不要太辣	Tsia m-ho siu-hian.

英文	越南文
The fruit you bought today is sweet.	Trái cây hôm nay mua rất ngọt.
Don't put too much salt in the soup, it will be too salty.	Canh đừng thêm nhiều muối quá, sẽ quá mặn.
The meal is too greasy today.	Thức ăn hôm nay nhiều dầu mỡ quá.
Don't make the food too spicy.	Thức ăn đừng cay quá.

問候篇

時間和天氣篇

飲食篇

溝通篇

感情篇

應用篇

生活篇

《附錄》

(3) 我喜歡喝

wǒ xǐhuān hē

 MP3-15

Goa-ai-lim

中文	台語
wǒ xǐhuān hē niúnǎi 我喜歡喝牛奶	Goa-ai-lim gu-ni
wǒ xǐhuān hē kāfēi 我喜歡喝咖啡	Goa-ai-lim ka-pe
wǒ xǐhuān hē kělè 我喜歡喝可樂	Goa-ai-im co-la
wǒ xǐhuān hē guǒzhī 我喜歡喝果汁	Goa-ai-lim ko-chiap
wǒ xǐhuān hē shuǐ 我喜歡喝水	Goa-ai-lim tsui
wǒ xǐhuān hē chá 我喜歡喝茶	Goa-ai-lim te

I like to drink…

TÔI THÍCH UỐNG… …

英文	越南文
I like to drink milk.	Tôi thích uống sữa bò.
I like to drink coffee.	Tôi thích uống cà phê.
I like to drink coke.	Tôi thích uống Coca.
I like to drink juice.	Tôi thích uống nước trái cây.
I like to drink water.	Tôi thích uống nước.
I like to drink tea.	Tôi thích uống trà.

(4) <ruby>我喜歡吃<rt>wǒ xǐhuān chī</rt></ruby>

 MP3-16

Goa-ai-chiah

中文	台語

<ruby>我喜歡吃水果<rt>wǒ xǐhuān chī shuǐguǒ</rt></ruby>

Goa-ai-chiah tsui-ko

<ruby>我喜歡吃香蕉<rt>wǒ xǐhuān chī xiāngjiāo</rt></ruby>

Goa-ai-chiah keng-juo.

<ruby>我喜歡吃蘋果<rt>wǒ xǐhuān chī píngguǒ</rt></ruby>

Goa-ai-chiah ling-go.

<ruby>我喜歡吃西瓜<rt>wǒ xǐhuān chī xīguā</rt></ruby>

Goa-ai-chiah si-koe.

<ruby>我喜歡吃麵包<rt>wǒ xǐhuān chī miànbāo</rt></ruby>

Goa-ai-chiah pang

I like to eat...

TÔI THÍCH ĂN... ...

英文	越南文
I like to eat fruit.	Tôi thích ăn trái cây.
I like to eat banana.	Tôi thích ăn chuối.
I like to eat apples.	Tôi thích ăn táo tây.
I like to eat watermelon.	Tôi thích ăn dưa hấu.
I like to eat bread.	Tôi thích ăn bánh mì.

時間和天氣篇

飲食篇

溝通篇

感情篇

應用篇

生活篇

《附錄》

中文	台語

wǒ xǐhuān chī dàngāo
我喜歡吃蛋糕

Goa-ai-chiah koa-lng-ko

wǒ xǐhuān chī qiǎokèlì
我喜歡吃巧克力

Goa-ai-chiah jau-ka-li.

wǒ xǐhuān chī yú
我喜歡吃魚

Goa-ai-chiah he.

wǒ xǐhuān chī jīròu
我喜歡吃雞肉

Goa-ai-chiah koa-ma.

wǒ xǐhuān chī jīdàn
我喜歡吃雞蛋

Goa-ai-chiah koa-lng

英文	越南文
I like to eat cake.	Tôi thích ăn bánh bông lan.
I like to eat chocolate.	Tôi thích ăn sô cô la (chocolate).
I like to eat fish.	Tôi thích ăn cá.
I like to eat chicken.	Tôi thích ăn thịt gà.
I like to eat egg.	Tôi thích ăn trứng gà.

問候篇

時間和天氣篇

飲食篇

溝通篇

感情篇

應用篇

生活篇

《附錄》

(5) 怎麼樣？
zěnme yàng

🔘 MP3-17

Am-choa-un?

中文	台語
Hē diǎn er chá zěnme yàng 喝點兒茶怎麼樣？	Chiah-chit-tiam e te ho-bo?
Hē diǎn er qìshuǐ zěnme yàng 喝點兒汽水怎麼樣？	Lim-chit-tiam e ke-chui ho-bo?
Hē diǎn er kāfēi zěnme yàng 喝點兒咖啡怎麼樣？	Lim-chit-tiam e ka-pe ho-bo?
Hē diǎn er píjiǔ zěnme yàng 喝點兒啤酒怎麼樣？	Li-chit-tiam e bee-lu ho-bo?
Chī diǎn er shuǐguǒ zěnme yàng 吃點兒水果怎麼樣？	Chiah-chit-tiam tuis-hko ho-bo?
Chī diǎn er bǐnggān zěnme yàng 吃點兒餅乾怎麼樣？	Chiah-chit-tiam pia ho-bo?

英文	越南文
What about some tea?	Sao ? uống tí trà nhé.
What about some soft drink?	Sao ? uống tí nước ngọt nhé.
What about some coffee?	Sao ? uống tí cà phê nhé.
What about some beer?	Sao ? uống tí bia nhé.
What about some fruit?	Sao ? ăn tí trái cây nhé.
What about some cookies?	Sao ? ăn tí bánh nhé.

問候篇

時間和天氣篇

飲食篇

溝通篇

感情篇

應用篇

生活篇

《附錄》

篇章四

gōutōng piān

溝通篇

Kau-thong-phain

Communication

TRANG CÂU THÔNG

MP3-18

Chu-goa kai-siau

中文	台語

wǒ jiào mǎlì
我叫瑪麗

Goa kio ma-li.

qǐng duō zhǐjiào
請多指教

Chai to-to chi-kau.

dàjiā hǎo
大家好！

Tai-ka-ho.

Wǒ hěn gāoxìng lái táiwān
我很高興來台灣

Goa chia hoa-hi lai Tai-wan.

wǒ zhù zài táiběi
我住在台北

Goa khu-ki ta tai-pea.

英文	越南文
I am Mary.	Tôi gọi là Mary.
I am willing to take your advice.	Xin chỉ dạy cho.
Hello everybody!	Mọi người khoẻ chứ !
I am happy to be in Taiwan.	Tôi rất mừng được đến Đài Loan.
I live in Taipei.	Tôi ở tại Đài Bắc.

問候篇
時間和天氣篇
飲食篇
溝通篇
感情篇
應用篇
生活篇
《附錄》

中文	台語
xièxiè nǐ de zhàogù 謝謝你的照顧	To-sia li e chau-ko.
nǐ jiào shénme míngzì 你叫什麼名字？	li kau sim-mi mia
Nǐ zhù zài nǎlǐ 你住在哪裏？	Li-e chu-siok tain-do-we?
Nǐ jiā diànhuà jǐ hào 你家電話幾號？	Lin-tau e tian-oe kui-ho?
Hěn gāoxìng rènshí nǐ 很高興認識你	Chin hoa-hi jin-tit li.

英文	越南文
Thank you for your help.	Cám ơn sự chăm sóc của Ông (Bà, cô, chú…)
What is your name?	Ông (Bà, cô, chú…) tên gì ?
Where do you live?	Ông (Bà, cô, chú…) ở đâu ?
What is you phone number?	Điện thoại nhà Ông (Bà, cô, chú…) số mấy ?
It's nice to meet you.	Rất vui mừng được quen Ông (Bà, cô, chú…).

問候篇
時間和天氣篇
飲食篇
溝通篇
感情篇
應用篇
生活篇
《附錄》

中文	台語
hǎo de 好的	ho-e
shì de 是的	si-e
bùshì de 不是的	M-si
kěyǐ 可以	E-sai
bùxíng 不行	Be-sai
méi wèntí 沒問題	Bo-bun-te.

問候篇

時間和天氣篇

飲食篇

溝通篇

感情篇

應用篇

生活篇

《附錄》

Expressing Attitude

BÀY TỎ THÁI ĐỘ

英文	越南文
Good.	Dạ(tốt)
Yes.	Dạ(đúng)
It isn't.	Không phải
OK.	Được
No.	Không được
No problem.	Không vấn đề gì

(3) 請對方再說一遍
qǐng duìfāng zàishuō yībiàn

🎧 MP3-20

Chia tui-hong ko-kiang chit-ban.

中文	台語
duìbùqǐ, qǐng nǐ zàishuō yībiàn 對不起，請你再說一遍	Chin-sit-le chia li ko kiang-chit-ban.
qǐng shuō màn yī diǎn 請 說 慢 一 點	Chia li kiang wan chit-tian.
nǐ shuō dehuà, wǒ tīng bù tài dǒng 你說的話，我聽不太懂	Li-kiang-e-oe , goa theng long bo?
nǐ shuō shénme 你說什麼？	Li koang hsia-mi?
Wǒ tīng dǒngle 我聽懂了	Goa theng-u lak.
wǒ míngbái nǐ de yìsile 我明白你的意思了	Goa beng-pek li-e I-su lak.

英文	越南文
Excuse me, could you say it again?	Xin lỗi, xin Ông (Bà, cô, chú…) nói lại lần nữa.
Would you speak slowly, please?	Xin nói chậm một tí.
I don't quite understand what you said.	Lời Ông (Bà, cô, chú…) nói, tôi không hiểu rõ lắm.
What did you say?	Ông (Bà, cô, chú…) nói gì ?
I got it.	Tôi nghe hiểu rồi.
I understand what you mean.	Tôi đã hiểu được ý của Ông (Bà, cô, chú…).

問候篇

時間和天氣篇

飲食篇

溝通篇

感情篇

應用篇

生活篇

《附錄》

Si-lea e-oe

中文	台語

zhēnshi duìbùqǐ
真是對不起

Chin si-lea.

qǐng yuánliàng
請 原 諒

Chia goan-liang.

wǒ xià cì huì zhùyì
我下次會注意

Goa e-chit ban e chu-i.

wǒ xià cì huì gǎijìn
我下次會改進

Goa e-chit ban e kai-chin.

wǒ shízài hěn bàoqiàn
我實在很抱歉

Goa si-chhai chin si-lea.

問候篇
時間和天氣篇
飲食篇
溝通篇
感情篇
應用篇
生活篇
《附錄》

Expressing Apology

LỜI NÓI XIN LỖI

英文	越南文
I am sorry.	Thành thật xin lỗi.
Please forgive me.	Xin tha thứ.
I will be careful next time.	Lần sau tôi sẽ chú ý.
I will improve it next time.	Lần sau tôi sẽ cải tiến.
I am really sorry.	Tôi thành thật xin lỗi.

中文	台語
méiguānxì 沒關係	bo kuan-he.
xià cì yào xiǎoxīn 下次要小心	E-chit-ban I sio-sim.

Never mind.

Không quan hệ gì (không sao).

Be careful next time

Lần sau phải cẩn thận.

問候篇

時間和天氣篇

飲食篇

溝通篇

感情篇

應用篇

生活篇

《附錄》

Kam-sia e oe

中文	台語

fēicháng gǎnxiè nǐ
非常感謝你

Hui-siang kam-sia li.

tài máfan nǐle
太麻煩你了

Chin ma-hoan li lak.

xièxiè nǐ de zhāodài
謝謝你的招待

To-sia li-e chiau-thai.

xièxiè nǐ de zhàogù
謝謝你的照顧

To-sia li-e chau-ko.

xièxiè nǐ duì wǒ de guānxīn
謝謝你對我的關心

To-sia li-e tui goa e kuao-sim.

問候篇

時間和天氣篇

飲食篇

溝通篇

感情篇

應用篇

生活篇

《附錄》

Expressing Gratitude

LỜI CẢM TẠ

英文	越南文
Thank you very much.	Rất cám ôn Ông (Bà, cô, chú…).
Sorry to trouble you.	Phiền Ông (Bà, cô, chú…) quá.
Thank you for your entertainment.	Cám ơn sự chiêu đãi của Ông (Bà, cô, chú…).
Thank you for taking care of us.	Cám ơn sự chăm sóc của Ông (Bà, cô, chú…).
Thank you for your concern.	Cám ôn sự quan tâm của Ông (Bà, cô, chú…) đối với tôi.

中文	台語
gǎnxiè nǐ bāng wǒ de máng 感謝你幫我的忙	To-sia li pang goa-e bang.
xièxiè nǐ sòng de lǐwù 謝謝你送的禮物	To-sia li-e sam-e lia-mi.
xièxiè nǐ qǐng wǒ chīfàn 謝謝你請我吃飯	To-sia li-e chia goa chiah-png .
nǎlǐ, bù kèqì 哪裏，不客氣	Na-li, beh Kheh-khi .

英文	越南文
Thank you for your help.	Cám ôn Ông (Bà, cô, chú…) đã giúp tôi.
Thank you for your present.	Cám ôn Ông (Bà, cô, chú…) tặng cho lễ vật.
Thank you for your treat.	Cám ôn Ông (Bà, cô, chú…) mời tôi ăn côm.
Don't mention it, it's nothing.	Đâu có gì, đừng khách sáo.

問候篇
時間和天氣篇
飲食篇
溝通篇
感情篇
應用篇
生活篇
《附錄》

中文	台語
ō , shì ma **噢，是嗎？**	O, si-ma?
Shì zhèyàng ma **是這樣嗎？**	Si-am-ni-ma?
Zhēn de ma **真的嗎？**	Chin-e-ma?
Kě bùshì ma **可不是嗎？**	Si-m-si?
Nǐ shuō dé duì **你說得對**	Li-kiang te-si.

Oh, is it?

Ô, phải không ?

Is it so?

Phải thế không ?

Really?

Thật hả ?

Didn't I say so?

Chẳng phải vậy sao ?

You are right.

Ông (Bà, cô, chú…) nói đúng.

中文	台語
méi tīng shuōguò zhè jiàn shì 沒聽說過這件事	Bo-theng-ko chit-e tai-chi.
wǒ bù zhīdào 我不知道	Goa m-chai-ia.
wǒ bù qīngchǔ 我不清楚	Goa bo-cheng-chho.
wǒ míngbáile 我明白了	Goa mng-pi lak.
duì 對	Tioh

英文	越南文
Never heard of it.	Không có nghe nói qua chuyện này.
I don't know.	Tôi không biết.
I have no idea about it.	Tôi không rõ.
I understand.	Tôi hiểu rồi.
Right.	Đúng

問候篇

時間和天氣篇

飲食篇

溝通篇

感情篇

應用篇

生活篇

《附錄》

(7) 贊成和反對

zànchéng hé fǎnduì

🎵 MP3-24

Chan-seng ka hoan-tui.

中文	台語
wǒ yě juédé shì zhèyàng 我也覺得是這樣	Goa e kam-kai si am-na.
wǒ bù zhèyàng xiǎng 我不這樣想	Goa m-si am-na-siu.
wǒ bù zànchéng 我不贊成	Goa bo chan-seng.
wǒ bù tóngyì 我不同意	Goa bo tong-i.
wǒ fǎnduì zhège yìjiàn 我反對這個意見	Goa hoan-tui chit-e i-kian.

問候篇
時間和天氣篇
飲食篇
溝通篇
感情篇
應用篇
生活篇
《附錄》

Support and Oppose

TÁN THÀNH VÀ PHẢN ĐỐI

英文	越南文

I think so, too.

Tôi cũng cảm thấy như vậy.

I don't think so.

Tôi không nghĩ vậy.

I oppose.

Tôi không tán thành.

I don't agree.

Tôi không đồng ý.

I object to this opinion.

Tôi phản đối ý kiến này.

中文	台語
wǒ zànchéng zhège yìsi 我贊成這個意思	Goa chan-seng chit-e i-si.
nǐ zhèyàng zuò hěn hǎo 你這樣做很好	Li am-na chhu chin-ho.
nǐ bù kěyǐ zhèyàng zuò 你不可以這樣做	Li m-tong am-na-chhu.

110

I support this opinion.

Tôi tán thành ý kiến này.

You are doing good.

Ông (Bà, cô, chú…) làm thế rất tốt.

You can not do that.

Ông (Bà, cô, chú…) không được làm thế.

問候篇

時間和
天氣篇

飲食篇

溝通篇

感情篇

應用篇

生活篇

《附錄》

gǎnqíng piān

感情篇

Kam-cheng-phain

Emotion

TRANG TÌNH CẢM

(1) 表現情感

biǎoxiàn qínggǎn

 MP3-25

Piau-hiau kam-cheng

中文	台語

wǒ hěn kuàilè
我很快樂

Goa chin khoai-lok.

wǒ hěn gāoxìng
我很高興

Goa chin hoa-hi.

wǒ hěn nánguò
我很難過

Goa chin kam-kho.

wǒ hěn shēngqì
我很生氣

Goa chin siong-khi.

wǒ hěn dānxīn
我很擔心

Goa chin tam-sim.

問候篇

時間和天氣篇

飲食篇

溝通篇

感情篇

應用篇

生活篇

《附錄》

Expressing emotion

THỂ HIỆN TÌNH CẢM

英文	越南文
I am happy.	Tôi rất vui.
I am glad.	Tôi rất mừng.
I am sad.	Tôi rất buồn.
I am angry.	Tôi giận lắm.
I am worried.	Tôi rất lo âu.

中文	台語
wǒ hěn xiǎng jiā 我 很 想 家	Goa chin siu-chu.
wǒ hěn ài xiào 我 很 愛 笑	Goa chin ai-chhio.
wǒ bù ài kū 我 不 愛 哭	Goa bo-ai-khau.
wǒ fàngxīnle 我 放 心 了	Goa hong-sim lak.
tài hǎole 太 好 了	Tai-ho lak.

I am homesick.

Tôi rất nhớ nhà.

I laugh a lot.

Tôi rất thích cười.

I don't like to cry.

Tôi không thích khóc.

I don't have to worry now.

Tôi yên tâm rồi.

It's great.

Tốt quá.

問候篇

時間和天氣篇

飲食篇

溝通篇

感情篇

應用篇

生活篇

《附錄》

中文	台語

zhè zhēnshi tài bù yìng gāi le
這真是太不應該了

Chit chin-si ta-be eng-kai.

tā zhēnshi tài kěliánle
他真是太可憐了

I chin-si ta kho-lin.

zhè jiàn shì zhēnshi lìng rén yíhàn
這件事真是令人遺憾

Chit-e te-chi chin si ho-lang ui-han.

nǐ de xīnqíng wǒ néng tǐhuì
你的心情我能體會

Li-e sim cheng goa e tong te-ha.

wǒ xīnzhōng yě gǎndào hěn nánguò
我心中也感到很難過

Goa sim cheng chin kam-kao.

This is so wrong.	Thế thật không nên.
He is so poor.	Ông (Bà, cô, cậu…) ấy thật đáng thương.
It's a pity.	Chuyện này thật làm cho người ta hối tiếc.
I understand how you feel.	Tâm trạng của Ông (Bà, cô, cậu…) tôi có thể hiểu được.
I feel sorry.	Trong lòng tôi cuõng cảm thấy rất buồn.

問候篇

時間和天氣篇

飲食篇

溝通篇

感情篇

應用篇

生活篇

《附錄》

中文	台語
bùyào bēishāng, kuài zhènzuò qǐlái 不要悲傷，快振作起來	M- beh pi-siang, khoaichin-chok khi-lai.
qǐng nǐ yào bǎozhòng shēntǐ 請你要保重身體	Chia li ai po-tang sim te.
yào zhùyì shēntǐ jiànkāng 要注意身體健康	Ai-chi-i sim-te kiam-khong.

Don't worry, cheer up!

Đừng buồn, mau cứng rắn lên.

Take care of yourself.

Xin Ông (Bà, cô, cậu…) phải bảo trọng sức khoẻ.

Look after your health.

Phải chú ý sức khoẻ.

問候篇

時間和天氣篇

飲食篇

溝通篇

感情篇

應用篇

生活篇

《附錄》

Kam-kak

中文	台語

wǒ juédé hěn lèi
我覺得很累

Goa kam-kak chin-ame.

wǒ juédé xiǎng shuì
我覺得想睡

Goa-kam-kak siu-bo khun.

wǒ juédé hěn lěng
我覺得很冷

Goa kam-kak chin leng.

wǒ juédé hěn rè
我覺得很熱

Goa kam-kak chin-sio-joah.

wǒ juédé dùzi è
我覺得肚子餓

Goa kam-kak po-to-iau.

I feel tired.

Tôi cảm thấy mệt mỏi lắm.

I feel sleepy.

Tôi cảm thấy buồn ngủ.

I feel cold.

Tôi cảm thấy rất lạnh.

I feel hot.

Tôi cảm thấy rất nóng.

I feel hungry.

Tôi cảm thấy đói bụng.

問候篇

時間和天氣篇

飲食篇

溝通篇

感情篇

應用篇

生活篇

《附錄》

中文	台語
_{wǒ juédé kǒu kě} 我覺得口渴	Goa kam-kak chin sui-ta.
_{wǒ juédé bú shūfú} 我覺得不舒服	Goa kam-kak bo song-kai.
_{wǒ juédé hěn shūfú} 我覺得很舒服	Goa kam-kak chin song-kai.
_{nǐ gǎnjué zěnme yàng} 你感覺怎麼樣？	Li kam-kak am-na?

英文	越南文
I feel thirsty.	Tôi cảm thấy khát nước.
I don't feel well.	Tôi cảm thấy không thoải mái.
I feel good.	Tôi cảm thấy rất thoải mái.
How do you feel?	Ông (Bà, cô, cậu…) cảm thấy như thế nào ?

時間和天氣篇

飲食篇

溝通篇

感情篇

應用篇

生活篇

《附錄》

中文	台語
wǒ hǎo lèi 我好累	Goa chin-than.
wǒ hěn kùn 我很睏	Goa chin-ai-kum.
wǒ bú shūfú 我不舒服	Goa bo song-kai.
wǒ zài fāshāo 我在發燒	Goa te fa-sio.
wǒ tóutòng 我頭痛	Goa thau tang.

I am tired.

Tôi mệt mỏi lắm.

I am sleepy.

Tôi buồn ngủ lắm.

I am sick.

Tôi không thoải mái.

I have a fever.

Tôi đang sốt.

I have a headache.

Tôi đau đầu.

問候篇

時間和天氣篇

飲食篇

溝通篇

感情篇

應用篇

生活篇

《附錄》

wǒ yá téng
我牙疼

Goa choau-ki-tang.

wǒ zài lādùzi
我在拉肚子

Goa laou-sia.

wǒ wèitòng
我胃痛

Goa uie-tang.

wǒ gǎnmàole
我感冒了

Goa kam-mu lai.

wǒ yào xiūxí yīxià
我要休息一下

Goa beh hiu-sit chit-e.

wǒ méiyǒu wèikǒu
我沒有胃口

Goa bo uie-ko.

wǒ jīngshén bù hǎo
我精神不好

Goa gien-san bo-ho?.

英文	越南文
I have a toothache.	Tôi nhức răng.
I have a diarrhea.	Tôi đang ỉa chảy.
I have a stomachache.	Tôi đau bao tử.
I have a cold.	Tôi bò cảm.
I need a rest.	Tôi muốn nghỉ ngơi một tí.
I don't feel like to eat.	Tôi không muốn ăn.
I am not in a good condition.	Tinh thần tôi không tốt.

問候篇
時間和天氣篇
飲食篇
溝通篇
感情篇
應用篇
生活篇
《附錄》

(5) 喜歡

xǐhuān

Kah-i

中文	台語
wǒ hěn xǐhuān zhège 我很喜歡這個	Goa kah-i chit-e.
wǒ bù xǐhuān zhège 我不喜歡這個	Goa kah-i chit-e.
nǐ xǐhuān zhège ma 你喜歡這個嗎？	Li u-kah-i chit-e bo?
Nǐ xǐhuān nǎge 你喜歡哪個？	Li kah-i do-chi-e?
Nǐ xǐhuān shénme yánsè 你喜歡什麼顏色？	Li kah-i hsia-mi sia?

問候篇

時間和天氣篇

飲食篇

溝通篇

感情篇

應用篇

生活篇

《附錄》

Likeness	THÍCH
英文	越南文

I like this.	Tôi rất thích cái này.
I don't like this.	Tôi không thích cái này.
Do you like this?	Ông (Bà, cô, cậu…) thích cái này không ?
Which one do you like?	Ông (Bà, cô, cậu…) thích cái nào ?
What color do you like?	Ông (Bà, cô, cậu…) thích màu gì ?

中文	台語
Wǒ xǐhuān fěnhóng sè 我喜歡粉紅色？	Goa kah-i feng-ong sia?
Nǐ xǐhuān shénme jìjié 你喜歡什麼季節？	Li kah-i hsia-mi gi-cheh?
Wǒ xǐhuān chūntiān 我喜歡春天	Goa kah-i chhun-teng.
wǒ xǐhuān xiǎo háizi 我喜歡小孩子	Goa kah-i gin-a.
wǒ xǐhuān táiwān 我喜歡台灣	Goa kah-i tai-woan.

英文	越南文
I like pink.	Tôi thích màu hồng.
Which season do you like?	Ông (Bà, cô, cậu…) thích mùa nào ?
I like spring.	Tôi thích mùa xuân.
I like children.	Tôi thích trẻ con.
I like Taiwan.	Tôi thích Đài Loan.

時間和天氣篇

飲食篇

溝通篇

感情篇

應用篇

生活篇

《附錄》

筆 記 欄

yìngyòng piān

應用篇

Ein-eng-phain

Practical Usage

TRANG ỨNG DỤNG

中文	台語
gōngxǐ, gōngxǐ 恭喜，恭喜	Kiong-hi, Kiong-hi.
gōngxǐ fācái' 恭喜發財	Kiong-hi fa-chang.
xīnnián hǎo 新年好	Sin-li-ho.
zhù nǐ xīnnián kuàilè 祝你新年快樂	Chiok li sin-lin-khoai-lok.
zhù nǐ shēngrì kuàilè 祝你生日快樂	Chiok li se-jit-khoai-lok.

Congratulations	LỜI CHÚC MỪNG
英文	**越南文**

Congratulation!

Chúc mừng, chúc mừng.

Wish you wealthy and prosperous.

Chúc mừng phát tài.

Happy New Year

Năm mới tốt (khoẻ).

Happy New Year!

Chúc Ông (Bà, cô, cậu…) năm mới vui vẻ.

Happy Birthday!

Chúc Ông (Bà, cô, cậu…) sinh nhật vui vẻ.

時間和天氣篇

飲食篇

溝通篇

感情篇

應用篇

生活篇

《附錄》

中文	台語
zhù nǐ shèngdàn jié kuàilè 祝你聖誕節快樂	Chiok li- seng-tan-khoai-lok.
gōngxǐ nǐ shēngle xiǎo bǎobǎo 恭喜你生了小寶寶	Kiong-hi li seng kia-e.
gōngxǐ nǐ jiéhūn 恭喜你結婚	Kiong-hi li kiat-hun.
gōngxǐ nǐ kǎo shàng dàxué 恭喜你考上大學	Kiong-hi li ko thao ta-hang.
gōngxǐ nǐ kǎo shàng gāozhōng 恭喜你考上高中	Kiong-hi li ko thao ko-teng.

英文	越南文
Merry Christmas!	Chúc Ông (Bà, cô, cậu…) lễ Noel vui vẻ.
Congratulation for having a baby!	Chúc mừng Ông (Bà, cô, cậu…) sinh được cháu nhỏ.
Congratulation for getting married!	Chúc mừng Ông (Bà, cô, cậu…) kết hôn.
Congratulation for getting into college.	Chúc mừng cô (cậu…) thi vào đại học.
Congratulation for getting into high school.	Chúc mừng cô (cậu…) thi lên cấp.

中文	台語
wǒ shì mǎlì 我是瑪麗	Goa si ma-li.
nín shì nǎ yī wèi 您是哪一位？	Li si thao chit uie?
Nín dǎ cuò diànhuàle 您打錯電話了	Li Kio-m-tioh tian-oe lak.
wǒ zhǎo wáng xiānshēng 我 找 王 先 生	Goa chha Wong sian-si.
qǐng děng yīxià 請等一下	Chhia tan-chit-e.
zhè shì zhǎo nǐ de diànhuà 這是找你的電話	Chia si chha li e tian-oa.

ÚNG ĐỐI ĐIỆN THOẠI

英文	越南文
This is Mary.	Tôi là Mary.
Who's speaking?	Ông (Bà, cô, cậu…) là ai ?
You have the wrong number.	Ông (Bà, cô, cậu…) gọi nhầm (điện thoại) rồi.
May I speak to Mr. Wang?	Tôi tìm Ông Vương.
Hold on, please.	Xin chờ một tí.
You are wanted on the phone.	Đây là điện thoại tìm Ông (Bà, cô, cậu…).

問候篇
時間和天氣篇
飲食篇
溝通篇
感情篇
應用篇
生活篇
《附錄》

141

中文	台語
wáng xiānshēng zài ma 王 先 生 在 嗎 ？	Wong sian-si u-te bo?
Tā chūqùle 他出去了	I chu-khi lai.
nǐ yào liú huà ma 你要留話嗎 ？	Li beh lu-oe bo?
Bùyòng, wǒ huì zài dǎ guòlái 不用，我會再打過來	Beh, goa e kou ka-lai.
duìbùqǐ ， wǒ dǎ cuòle 對不起，我打錯了	Chin si-lea, Goa ka-m-tua lai.
qǐng shuō màn yī diǎn 請 說 慢 一 點	Chin kuam ka-wann.
qǐngwèn nǐ guìxìng dàmíng 請問你貴姓大名 ？	Chin bam li-e kiu sin-ta-mia.

英文	越南文
Is Mr. Wang in?	Ông Vương có ở đó không ?
He went out.	Ông ấy đi ra ngoài rồi.
Would you like to leave a message?	Ông (Bà, cô, cậu…) muốn nhắn lời lại không ?
No, I'll call back later.	Khỏi, tôi sẽ gọi lại nữa.
Sorry, I have the wrong number.	Xin lỗi, tôi gọi nhầm rồi.
Please speak slowly.	Xin nói chậm một tí.
May I have your name?	Xin hỏi Họ tên Ông (Bà…).

問候篇

時間和天氣篇

飲食篇

溝通篇

感情篇

應用篇

生活篇

《附錄》

(3) 感謝邀請

 MP3-32

Kam-sia iau-chin

中文	台語
shíjiān bù zǎole, wǒ gāi zǒuliǎo 時間不早了，我該走了	Se-kam m chia lai, goa eng-kia chao lai.
xièxiè nǐ de zhāodài 謝謝你的招待	To-sia li e chiau-thai.
jīntiān de cài zhēnshi tài fēngfùle 今天的菜真是太豐富了	Kin-a-jit e tsia chin si chin hong-fu.
nǐ zuò de cài zhēn hào chī 你做的菜真好吃	Li chau e tsia chin ho chiah.
tài máfan nǐle 太麻煩你了	Chin ma-hoan li lo.

It's getting late. I have to go.

Thời gian không còn sớm nữa, tôi nên đi rồi đó.

Thank you for your entertainment.

Cám ơn sự chiêu đãi của Ông (Bà, cô, cậu…).

The meal is so rich.

Thức ăn hôm nay phong phú (thịnh soạn) quá.

You are a good cooker.

Ông (Bà, cô, cậu…) nấu ăn rất ngon.

Sorry for bringing you so much trouble.

Phiền Ông (Bà, cô, cậu…) quá.

問候篇
時間和天氣篇
飲食篇
溝通篇
感情篇
應用篇
生活篇
《附錄》

中文	台語
bùyào sòng wǒle 不要送我了	Beh song goa lai.
nǐ zhēn hǎo 你真好！	Li-chin-ho!
Tài gǎnxiè nǐle 太感謝你了！	Chin kam-sia li.
Wǒ gānghǎo yǒushì bùnéng qù 我剛好有事不能去	Goa do-ho u te-chi be sia khi.
wǒ xià cì yīdìng huì qù kàn nǐ 我下次一定會去看你	Goa e-chit-bain it-ting lai khoan-li.

英文	越南文
You don't have to send me off.	Đừng tiễn tôi nữa.
You are such a nice person.	Ông (Bà, cô, cậu…) rất tốt.
Thank you so much.	Cám ôn Ông (Bà, cô, cậu…) quá.
There's something I have to do, so I won't be able to go.	Tôi vừa lúc có việc không đi được.
I'll go to visit you next time.	Lần sau nhất định tôi sẽ đi thăm Ông (Bà, cô, cậu…).

問候篇
時間和天氣篇
飲食篇
溝通篇
感情篇
應用篇
生活篇
《附錄》

Chiau-thai lang-kheh

中文	台語

qǐng jìn
請進

Chai-jin

qǐng zuò
請坐

Chia cheh

qǐng hē chá
請喝茶

Chia-lim-te

qǐng chī dōngxī
請吃東西

Chia chiah mng-gean.

qǐng yòngcān
請用餐

Chia eing-chhan.

英文	越南文
Come in, please.	Mời vào.
Have a seat, please.	Mời ngồi.
Have some tea, please.	Mời dùng trà.
Have some thing to eat, please.	Mời ăn đồ.
Please take your meal.	Mời dùng bữa.

問候篇

時間和天氣篇

飲食篇

溝通篇

感情篇

應用篇

生活篇

《附錄》

中文	台語
qǐng wǎng zhè biān zǒu 請往這邊走	Chia kia chit-bian.
qǐng děng yīhuǐ'er 請等一會兒	Chia teng-chit-e.
qǐng suíbiàn zuò 請隨便坐	Chia tsia-cha.
qǐng bùyào jūshù 請不要拘束	Chia m-beh kheh-khi.
huānyíng Huānyíng 歡迎！歡迎！	Hoan-geng! Hoan-geng!

This way, please.

Xin mời đi bên này.

Wait a moment, please.

Xin chờ một tí.

Take a seat anywhere
you like.

Xin mời tuỳ tiện ngồi chơi.

Make yourself at home.

Xin đừng gò bó (khách sáo)
quá.

Welcome, welcome.

Đón mừng, đón mừng (lời
đón khách).

問候篇

時間和
天氣篇

飲食篇

溝通篇

感情篇

應用篇

生活篇

《附錄》

中文	台語
Xià cì qǐng zài lái 下次請再來	E-chit-ban chia ko-chha-lai.
qǐng bùyào kèqì 請不要客氣	Chia beh khek-ki.
jīntiān yǒu kèrén lái 今天有客人來	Kin-a-jit u lang-khk lai.
qǐngwèn nǐ zhǎo shuí 請問你找誰？	Chia ban li-chha-sang.

英文	越南文
Please come again.	Lần sau xin mời đến nữa nhé.
Help yourself to any-thing you need.	Xin đừng khách sáo.
There will be guests here today.	Hôm nay có khách đến.
Who are you looking for?	Xin hỏi Ông (Bà, cô, cậu…) tìm ai ?

問候篇
時間和天氣篇
飲食篇
溝通篇
感情篇
應用篇
生活篇
《附錄》

(5) 節日

 MP3-34

Cheh-jit

中文	台語
chūnjié shì zhōngguó rén de guònián 春節是中國人的過年	Chhun-cheh si ting-koa-lang e ko-lam.
chúxì yè quánjiā yì qǐ chī tuányuán fàn 除夕夜全家一起吃團圓飯	Ti-sek-Am chhua-ka tang-ten chiah toa-I-pang.
xiǎo hái zǐ kěyǐ zài guònián lǐng hóngbāo 小孩子可以在過年領紅包	Gin-e ti ko-lin e-sia lan ong-boa.
yuánxiāo jié wǒmen qù kàn huādēng 元宵節我們去看花燈	Goan-siau-cheh goan khi kam hoa-teng.
qīngmíng jié yào qù sǎomù 清明節要去掃墓	Chin-ming-cheh ai khi sao-mua.

The Spring Festival is Chinese New Year.	Tết là ngày lễ qua năm mới của người Trung Quốc.
During the New Year's Eve the whole family will have a family re-union meal.	Đêm giao thừa cả nhà cùng dùng bữa cơm đơn tụ.
Children will get red envelopes for Chinese New Year.	Tết trẻ con được lãnh lì xì.
We will watch lantern on Lantern Festival.	Lễ Nguyên Tiêu (rằm tháng giêng) chúng ta đi xem hoa đăng.
We will clean tombs on Tomb Sweeping Day.	Lễ Thanh Minh phải đi quét mộ.

問候篇

時間和天氣篇

飲食篇

溝通篇

感情篇

應用篇

生活篇

《附錄》

中文	台語
duānwǔ jié yào bāo zòngzi chī 端午節要包粽子吃	Go-goeh-cheh ai chiah bah-chang.
lóngzhōu bǐsài hěn rènào 龍舟比賽很熱鬧	Liong-chun pe-sai chin nau-jiat.
zhōng yuán jié yào bài zǔxiān 中元節要拜祖先	Tang-goan-chuh ai pi cho-sian.
zhōngqiū jié yīqǐ qù shǎng yuè 中秋節一起去賞月	Tang-chau-cheh cho-teng khi siu-goeh.
wǒmen lái kǎoròu, chī yuèbǐng 我們來烤肉、吃月餅	Goan li hong bah, chiah go-pang.
guóqìng rì wǎnshàng de yānhuǒ hěn měi 國慶日晚上的煙火很美	Ko-king-jit am-mi e eang-hoa chin siu.
wǒmen qù chī shèngdàn dà cān 我們去吃聖誕大餐	Goan khi chiah seng-tan ta-chhan.

英文	越南文
We are going to wrap and eat glutinous rice on the Dragon Boat Festival.	Lễ Đoan Ngọ phải gói bánh ú ăn.
The dragon boat race is very bustling.	Đua thuyền rồng nhộn nhịp quá.
We have to worship the ancestor on the Ghost Festival.	Tết Trung Nguyên phải cúng tổ tiên.
We'll watch the full moon on the Moon Festival.	Tết Trung Thu cùng đi thưởng nguyệt.
Let's have a barbecue and eat moon cake.	Chúng ta nướng thịt, ăn bánh Trung Thu.
The firework on the national day is beautiful.	Đêm Quốc Khánh pháo bông rất đẹp.
Let's have a big Christmas meal.	Chúng ta (tôi) đi ăn bữa tiệc lớn Noel.

問候篇

時間和天氣篇

飲食篇

溝通篇

感情篇

應用篇

生活篇

《附錄》

中文	台語
wǎsī bùyòng shí, yào lìjí guānbì 瓦斯不用時，要立即關閉	ga-si m iong si, ai ma-song koia-kai.
shíwù liángle, cái kěyǐ fàng jìn bīngxiāng 食物涼了，才可以放進冰箱	Chiah-mi lem, chai e-sai kam-jie peng-siu.
wéibōlú yǒu tèdìng de qìmǐn 微波爐有特定的器皿	Uea-po-loa u tek-piat e oa-poa.
chúshī jī shuǐxiāng de shuǐ mǎnle yào dào 除濕機水箱的水滿了要倒	Tu-se-ki chui-siu e chui ma-e-si ai do.
diànrè qì pángbiān bù kěyǐ fàng 電熱器旁邊不可以放 yì rán wùpǐn 易燃物品	Tain-jiat-khi pei-e m-teng kam kim sio-e mih-kia.

When finish using the gas, turn off the gas immediately.

Khi không dùng ga nữa, phải lập tức tắt ngay.

Put the food in the fridge after the food is cold.

Thức ăn nguội rồi mới có thể để vào tủ lạnh.

There are specific utensils for microwave.

Lò vi ba có đồ đựng đặc đònh.

Pour out the water in the dehumidifier when it's full.

Thùng nước của máy khử hơi ẩm đầy rồi phải đổ đi.

Do not put flammable items close to heaters.

Không được để đồ dễ cháy bên cạnh đồ nhiệt điện.

問候篇

時間和天氣篇

飲食篇

溝通篇

感情篇

應用篇

生活篇

《附錄》

159

中文	台語
shǐyòng hōng gān jī qián 使用烘乾機前, yào xiān qīnglǐ lù wǎng 要先清理濾網	Iong hang-san-ki cheng, ai-sin cheng-li ko-lu- bang.
yīfú bùyào zài xǐyījī zhōng 衣服不要在洗衣機中 pào tài jiǔ 泡太久	San m-tang ti se-san-ki li bau siu-ku.
qīnglǐ diànqì yòngpǐn shí 清理電器用品時, yào xiān bá diào chātóu 要先拔掉插頭	Chin-li tain-khi eng- pang e si, ai-sim liu chhah-thau.

英文	越南文

Clean the filter, before using the drying machine.

Trước khi sử duïng máy sấy khô, phải làm sạch lưới lọc.

Do not soak the clothes too long inside the washing machine.

Quần áo đừng ngâm quá lâu trong máy giặt.

Pull out the plug before clean any electric appliance.

Trước khi muốn làm sạch đồ điện phải rút đầu cắm ra.

問候篇

時間和天氣篇

飲食篇

溝通篇

感情篇

應用篇

生活篇

《附錄》

Meng-kia phai-khi lak

中文	台語
zhège diànhuà huàile 這個電話壞了	Chit-e tian-oe phai-khi lak.
zhège diànshì huàile 這個電視壞了	Chit-e tian-si phai-khi lak.
zhège lěngqì huàile 這個冷氣壞了	Chit-e leng-khi phai-khi lak.
zhège bīngxiāng huàile 這個冰箱壞了	Chit-e pebg-siu phai-khi lak.
zhège diànshàn huàile 這個電扇壞了	Chit-e tian-hong phai-khi lak.

問候篇
時間和天氣篇
飲食篇
溝通篇
感情篇
應用篇
生活篇
《附錄》

Out of Order

DỒ DẠC HƯ RỒI

英文	越南文
The phone is out of order.	Điện thoại này hư rồi.
The TV is out of order.	Ti vi này hư rồi.
The air conditioner is out of order.	Máy lạnh này hư rồi.
The fridge is out of order.	Tủ lạnh này hư rồi.
The electric fan is out of order.	Quạt máy này hư rồi.

中文	台語
zhège shōuyīnjī huàile 這個收音機壞了	Chit-e siu-im-ki phai-khi lak.
zhège zhàoxiàngjī huàile 這個照相機壞了	Chit-e chiau-siang-ki phai-khi lak.
zhège wǎsī lú huàile 這個瓦斯爐壞了	Chit-e ga-si-lo phai-khi lak.
zhège diàntī huàile 這個電梯壞了	Chit-e tian-tuei phai-khi lak.

英文	越南文
The radio is out of order.	Máy thu âm này hư rồi.
The camera is out of order.	Máy chuïp hình này hư rồi.
The gas stove is out of order.	Lò ga này hư rồi.
The elevator is out of order.	Thang máy này hư rồi.

問候篇

時間和天氣篇

飲食篇

溝通篇

感情篇

應用篇

生活篇

《附錄》

Heng-iong su

中文	台語
zhè jiān fángzi hěn dà 這間房子很大	Chit keng pang-keng chin-toa.
zhè kē píngguǒ hěn xiǎo 這顆蘋果很小	Chit liap ling-go chit-sio.
zhè jiàn mián bèi hěn qīng 這件棉被很輕	Chit nia mi-phoe chit-khin.
zhè kē shítou hěn zhòng 這顆石頭很重	Chit liap sek-thau chin-tang.
ālǐ shān hěn gāo 阿里山很高	A-li-san chit koan.
zhège dìfāng hěn dī， 這個地方很低， xià yǔ huì yān shuǐ 下雨會淹水	Chit-e so-chai chin-ka ho-lai e in-chui.

問候篇
時間和天氣篇
飲食篇
溝通篇
感情篇
應用篇
生活篇
《附錄》

Adjective	TÍNH TỪ
英文	越南文
The house is big.	Ngôi nhà này rất lớn.
The apple is small.	Quả táo tây này rất nhỏ.
The quilt is light.	Cái mền này rất nhẹ.
The stone is heavy.	Cục đá này rất nặng.
The Mt. Ali is high.	Núi A Lí rất cao.
This place is very low, it will be flooded when it rains.	Chỗ này rất thấp, trời mưa sẽ ngập.

167

中文	台語
dǎkāi dēng jiù hěn liàng 打開燈就很亮	Pak-khui tain-hoe chhu e chin kong.
wǎnshàng tiānkōng biàn àn 晚上天空變暗	Am-si tian-Teng ban-am.
chēzi kāi dé hěn kuài 車子開得很快	Chhia khui chin-kin.
wǒ zǒulù hěn màn 我走路很慢	Goa kia-lo chin-ban.
zhè tiáo xiàngliàn hěn guì 這條項鍊很貴	Chit taui pai-lam chin-kiu.
zhè jiàn yīfú hěn piányí 這件衣服很便宜	Chit su-san chin sou.

英文	越南文
After turning on the light, it is very bright.	Mở đèn thì rất sáng.
The sky becomes very dark during the night.	Buổi tối trời trở nên tối.
The cars go very fast.	Xe chạy rất nhanh.
I walk very slowly.	Tôi đi bộ rất chậm.
The necklace is very expensive.	Sợi dây chuyền này rất đắt.
This clothes is very cheap.	Cái áo này rất rẻ tiền.

問候篇

時間和天氣篇

飲食篇

溝通篇

感情篇

應用篇

生活篇

《附錄》

中文	台語
zài zhè biān 在這邊	ti-chit-bin
zài nà biān 在那邊	ti-hi-bin
zài zuǒbiān 在左邊	ti toh-bin.
zài yòubiān 在右邊	Ti cheng-bin
zuǒ zhuǎn 左 轉	Toh-wha

英文	越南文
Over here.	Ở đaây (bên này)
Over there.	Ở đó (bên kia)
On the left.	Bên trái
On the right.	Bên phải
Turn left.	Quẹo trái

中文	台語
yòu zhuǎn 右轉	Cheng-wha
qiánmiàn 前面	Cheng-bin
hòumiàn 後面	Au-bin
shàngmiàn 上面	Teng-bin
xiàmiàn 下面	E-bin

英文	越南文
Turn right.	Quẹo phải
Front.	Phía trước
Back.	Phía sau
Top.	Phía trên
Down.	Phía dưới

中文	台語
dōngbian 東邊	Tang-hong
xībian 西邊	sai-hong
nánbian 南邊	Lam-hong
běibian 北邊	Pak-hong

英文	越南文
East.	Phía Đông
West.	Phía Tây
South.	Phía Nam
North.	Phía Bắc

問候篇

時間和天氣篇

飲食篇

溝通篇

感情篇

應用篇

生活篇

《附錄》

篇章七

shēnghuó piān

生活篇

Seng-oah-phian

Daily life

TRANG SINH HOẠT

中文	台語
Yīqǐ qù guàngjiē , hǎobù hǎo 一起去逛街，好不好？	Tau-tan khi se-quea, ho-m-ho?
Yīqǐ qù chīfàn , hǎobù hǎo 一起去吃飯，好不好？	Tau-tan khi chiah png, ho-m-ho?
Yīqǐ qù kàn diànyǐng , hǎobù hǎo 一起去看電影，好不好？	Tau-tan khi kam-tain-eng, ho-m-ho?
Yīqǐ qù sànbù , hǎobù hǎo 一起去散步，好不好？	Tau-tan khi asn-po ho-m-ho?
Yīqǐ qù dōufēng , hǎobù hǎo 一起去兜風，好不好？	Tau-tan khi tei-taou, ho-m-ho?

英文	越南文
Let's go shopping, OK?	Cùng đi dạo phố nhé ?
Let's go eating something, OK?	Cùng đi ăn côm nhé ?
Let's go for a movie, OK?	Cùng đi xem điện ảnh nhé ?
Let's go for a walk, OK?	Cùng đi dạo bộ nhé ?
Let's go driving around, OK?	Cùng đi hóng mát nhé ?

問候篇

時間和天氣篇

飲食篇

溝通篇

感情篇

應用篇

生活篇

《附錄》

中文	台語
Yīqǐ qù chànggē, hǎobù hǎo 一起去唱歌，好不好？	Tau-tan khi chiang-koa, ho-m-ho?
Yīqǐ qù màidāngláo, hǎobù hǎo 一起去麥當勞，好不好？	Tau-tan khi mai-dam-lau, ho-m-ho?
Yīqǐ qù mǎi cài, hǎobù hǎo 一起去買菜，好不好？	Tau-tan khi bue-tsia ho-m-ho?
Yīqǐ qù guàng yèshì, hǎobù hǎo 一起去逛夜市，好不好？	Tau-tan khi sa-ea-chhe, ho-m-ho?
Yīqǐ qù yóuyǒng, hǎobù hǎo 一起去游泳，好不好？	Tau-tan khi sou-chui ho-m-ho?

英文	越南文
Let's go sing, OK?	Cùng đi ca hát nhé ?
Let's go to McDonald's, OK?	Cùng đi nhà hàng McDonal nhé ?
Let's go grocery shopping, OK?	Cùng đi chợ nhé ?
Let's go to the night market, OK?	Cùng đi dạo chợ đêm nhé ?
Let's go swimming, OK?	Cùng đi bơi nhé ?

問候篇
時間和天氣篇
飲食篇
溝通篇
感情篇
應用篇
生活篇
《附錄》

(2) 找地方

 MP3-40

Chha so-chai

中文	台語

Zhè fùjìn yǒu cè so ma
這附近有廁所嗎？

Chai hu-kin u pan-so bo?

Zhè fùjìn yǒu gōnggòng diànhuà ma
這附近有公共電話嗎？

Chai hu-kin u kong-kiong-tian-oa bo?

Zhè fùjìn yǒu yínháng ma
這附近有銀行嗎？

Chai hu-kin u gin-hang bo?

Zhè fùjìn yǒu yóujú ma
這附近有郵局嗎？

Chai hu-kin u iu-kiok bo?

Zhè fùjìn yǒu jǐngchá jú ma
這附近有警察局嗎？

Chai hu-kin u keng-chhat-kiok bo?

Are there any rest rooms around here?

Gần ở đây có nhà vệ sinh không ?

Are there any public phones around here?

Gần ở đây có điện thoại cơng cộng không ?

Are there any banks around here?

Gần ở đây có ngaân hàng không ?

Are there any post offices around here?

Gần ở đây có bưu điện không ?

Are there any police stations around here?

Gần ở đây có cục cảnh sát không ?

問候篇

時間和天氣篇

飲食篇

溝通篇

感情篇

應用篇

生活篇

《附錄》

中文	台語
Zhè fùjìn yǒu chēzhàn ma 這附近有車站嗎？	Chai hu-kin u chia-cham bo?
Zhè fùjìn yǒu yào jú ma 這附近有藥局嗎？	Chai hu-kin u iyo-pang bo?
Zhè fùjìn yǒu yīyuàn ma 這附近有醫院嗎？	Chai hu-kin u pe-ei bo?
Zhè fùjìn yǒu měiróng yuàn ma 這附近有美容院嗎？	Chai hu-kin u me-laun-ei bo?
Zhè fùjìn yǒu diànyǐngyuàn ma 這附近有電影院嗎？	Chai hu-kin u tian-eng-in bo?
Zhè fùjìn yǒu bǎihuò gōngsī ma 這附近有百貨公司嗎？	Chai hu-kin u ba-hai-kong-si bo?
Zhè fùjìn yǒu cāntīng ma 這附近有餐廳嗎？	Chai hu-kin u chhan-tia bo?

英文	越南文
Are there bus stations around here?	Gần ở đây có bến xe không ?
Are there any drug stores around here?	Gần ở đây có nhà thuốc không ?
Are there any hospitals around here?	Gần ở đây có bệnh viện không ?
Are there any beauty shops around here?	Gần ở đây có thẩm mỹ viện không ?
Are there any movie theaters around here?	Gần ở đây viện điện ảnh không ?
Are there any department stores around here?	Gần ở đây có cơng ty bách hoá không ?
Are there any restaurants around here?	Gần ở đây có nhà hàng không ?

問候篇
天氣篇 時間和
飲食篇
溝通篇
感情篇
應用篇
生活篇
《附錄》

(3) 我想去
Wǒ xiǎng qù

 MP3-41

Goa siu-beh khi

中文	台語

wǒ xiǎng qù yóujú
我想去郵局

Goa siu-beh khi iu-kiok.

wǒ xiǎng qù yínháng
我想去銀行

Goa siu-beh khi gin-hang.

wǒ xiǎng qù yīyuàn
我想去醫院

Goa siu-beh khi pe-ei.

wǒ xiǎng qù chāoshì
我想去超市

Goa siu-beh khi chao-kip-chi-tiu.

wǒ xiǎng qù biànlì shāngdiàn
我想去便利商店

Goa siu-beh khi bian-li-shang-dian.

wǒ xiǎng qù diànyǐngyuàn
我想去電影院

Goa siu-beh khi tian-iong-ei.

英文	越南文
I want to go to the post office.	Tôi muốn đi bưu điện.
I want to go to the bank.	Tôi muốn đi ngân hàng.
I want to go to the hospital.	Tôi muốn đi bệnh viện.
I want to go to the supermarket.	Tôi muốn đi siêu thị.
I want to go to the convenient store.	Tôi muốn đi tiệm tiện lợi.
I want to go to the movie theater.	Tôi muốn đi viện điện ảnh.

問候篇

時間和天氣篇

飲食篇

溝通篇

感情篇

應用篇

生活篇

《附錄》

wǒ xiǎng qù bǎihuò gōngsī
我想去百貨公司

Goa siu-beh khi ba-hai-kong-si.

wǒ xiǎng qù měiróng yuàn
我想去美容院

Goa siu-beh khi me-laun-in.

wǒ xiǎng qù kànbìng
我想去看病

Goa siu-beh khi kua-pi.

wǒ xiǎng qù mǎi cài
我想去買菜

Goa siu-beh khi bue-tsai.

wǒ xiǎng qù jiǎn tóufà
我想去剪頭髮

Goa siu-beh khi chian-thau-mng.

wǒ xiǎng qù tàng tóufà
我想去燙頭髮

Goa siu-beh khi tian-thau-mng.

wǒ xiǎng qù dào lèsè
我想去倒垃圾

Goa siu-beh khi pia pun-so.

英文	越南文
I want to go to the department stores.	Tôi muốn đi công ty bách hoá.
I want to go to the beauty shop.	Tôi muốn đi thẩm mỹ viện.
I want o go to see a doctor.	Tôi muốn đi khám bệnh.
I want to go for a grocery shopping.	Tôi muốn đi chợ.
I want to go for a hair cut.	Tôi muốn đi cắt tóc.
I want to go for a hair perm.	Tôi muốn đi uốn tóc.
I want to go to dump garbage.	Tôi muốn đi đổ rác.

問候篇

時間和天氣篇

飲食篇

溝通篇

感情篇

應用篇

生活篇

《附錄》

(4) 出門時
chūmén shí

 MP3-42

Chu-bun si

中文	台語
chūmén jìdé yào guān wǎsī hé ménchuāng 出門記得要關瓦斯和門窗	Chu-bun ai ke koia ga-sui ka taung-e-bun.
chūmén jìdé dài yào shi 出門記得帶鑰匙	Chu-bun ai ke tai so-si.
guò mǎlù yào xiǎoxīn ān quán 過馬路要小心安全	kua-ma-lua ai sio-sen an-choan.
guò mǎlù yào zǒu bānmǎxiàn 過馬路要走斑馬線	kua-ma-lo e si ai kia pan-ma-sian.
xíngrén shì hóng dēng tíng, lǜdēng xíng 行人是紅燈停、綠燈行	kia-lo e sia si ong-teng theng, chhe-teng kia.

英文	越南文
Remember to turn off the gas, and close the doors and windows before going out.	Đi ra ngoài nhớ tắt ga và đóng cửa, cửa sổ lại.
Remember to bring your keys when going out.	Đi ra ngồi nhớ mang theo chìa khoà.
Watch out for your safety when crossing the street.	Băng qua đường phải chú ý sự an toàn.
Walk on the pedestrian cross when crossing the street.	Băng qua đường phải đi trong vạch ngằa văn.
Pedestrians have to stop for the red light and walk on the green light.	Người bộ hành là đèn đỏ ngừng, đèn xanh đi.

問候篇

時間和天氣篇

飲食篇

溝通篇

感情篇

應用篇

生活篇

《附錄》

中文	台語
rén duō dì dìfāng yào xiǎoxīn páshǒu 人多的地方要小心扒手	lang che e so-chai aisio-sim chhat-a.
wǒ xiǎng zuò gōngchē qù 我想坐公車去	Goa siu-beh kong-chia khi.
wǒ xiǎng zuò jié yùn qù 我想坐捷運去	Goa siu-beh jet-eng khi.
wǒ xiǎng qí jiǎotàchē qù 我想騎腳踏車去	Goa siu-beh khia khiok-ta-chia khi.
wǒ xiǎng zǒulù qù 我想走路去	Goa siu-beh kia-lo khi.

英文	越南文
Beware of pickpockets in crowd places.	Ở những nơi đơng người phải chú ý quân móc túi.
I want to take bus to there.	Tôi muốn ngồi xe tốc hà nh đi.
I want to take MRT to there.	Tôi muốn xe tốc hành đi.
I want to ride bicycle to there.	Tôi muốn đạp xe đạp đi.
I want to walk to there.	Tôi muốn đi baèng bộ hành.

問候篇

時間和天氣篇

飲食篇

溝通篇

感情篇

應用篇

生活篇

《附錄》

(5) 買食物

mǎi shíwù

 MP3-43

bue chiah mi

中文	台語
nǐ yāomǎi shénme 你要買什麼？	Li siu-beh bue siam-mi?
Wǒ yāomǎi niúnǎi 我要買牛奶	Goa beh bue gu-leng.
wǒ yāomǎi guǒzhī 我要買果汁	Goa beh bue ko-chiap.
wǒ yāomǎi jīdàn 我要買雞蛋	Goa beh bue koa-leng.
wǒ yāomǎi miànbāo 我要買麵包	Goa beh bue pang.

194

問候篇

時間和天氣篇

飲食篇

溝通篇

感情篇

應用篇

生活篇

《附錄》

Buying Food

MUA THỰC PHẨM

英文	越南文

What would you like to buy?

Ông (Bà, cô, cậu…) muốn mua gì ?

I want milk.

Tôi muốn mua sữa bò.

I want fruit.

Tôi muốn mua nước trái cây.

I want eggs.

Tôi muốn mua trứng gà.

I want bread.

Tôi muốn mua bánh mì.

中文	台語
wǒ yāomǎi píngguǒ 我要買蘋果	Goa beh bue ling-go.
wǒ yāomǎi júzi 我要買橘子	Goa beh kam-a.
wǒ yāomǎi zhūròu 我要買豬肉	Goa beh bue ti-ma.
wǒ yāomǎi jīròu 我要買雞肉	Goa beh bue koa-ma.
wǒ yāomǎi yú 我要買魚	Goa beh bue he.

I want apples.

Tôi muốn mua táo tây.

I want oranges.

Tôi muốn mua trái quýt.

I want pork.

Tôi muốn mua thịt heo.

I want chicken.

Tôi muốn mua thòt gà.

I want fish.

Tôi muốn mua cá.

問候篇

時間和天氣篇

飲食篇

溝通篇

感情篇

應用篇

生活篇

《附錄》

中文	台語
yǒu méiyǒu mài xiāngyān **有沒有賣香煙？**	U be hun bo?
Yǒu méiyǒu mài qìshuǐ **有沒有賣汽水？**	U be ki-tsiu bo ?
Yǒu méiyǒu mài guǒzhī **有沒有賣果汁？**	U be ko-chiap bo?
Yǒu méiyǒu mài yágāo **有沒有賣牙膏？**	U be ke-ko bo?
Yǒu méiyǒu mài xiāngzào **有沒有賣香皂？**	U be sa-bun bo?

Do you sell....?	CÓ BÁN KHÔNG ?
英文	**越南文**

Do you sell cigarettes?

Có bán thuốc lá không ?

Do you sell soft drinks?

Có bán nước ngọt không ?

Do you sell juice?

Có bán nước trái cây không ?

Do you sell toothpaste.

Có bán kem đánh răng không ?

Do you sell soaps?

Có bán xà phòng không ?

時間和天氣篇

飲食篇

溝通篇

感情篇

應用篇

生活篇

《附錄》

中文	台語

Yǒu méiyǒu mài miànbāo
有沒有賣麵包？　　　U be pang bo?

Yǒu méiyǒu mài yóupiào
有沒有賣郵票？　　　U be iu-phio bo?

Yǒu méiyǒu mài xìnzhǐ
有沒有賣信紙？　　　U be sin-chiau bo?

Yǒu méiyǒu mài kāfēi
有沒有賣咖啡？　　　U be ka-pi bo?

Yǒu méiyǒu mài píjiǔ
有沒有賣啤酒？　　　U be bee-lu bo?

Do you sell bread?　　Có bán bánh mì không ?

Do you sell stamps?　　Có bán tem thư không ?

Do you sell stationary?　　Có bán giấy viết thư không ?

Do you sell coffee?　　Có bán cà phê không ?

Do you sell beers?　　Có bán bia không ?

問候篇
時間和天氣篇
飲食篇
溝通篇
感情篇
應用篇
生活篇
《附錄》

MP3-45

Gua-chue-chih

中文	台語
zhège duōshǎo qián 這個多少錢？	Chit-e loa-che-chi?
Zhège zěnmo mài 這個怎麼賣？	Chit-e an-na be?
Zhège jiàgé shì duōshǎo 這個價格是多少？	Chit-e ke-so loa-che?
Yīgòng duōshǎo qián 一共多少錢？	Long-chang loa-che-chi?
Yīgè duōshǎo qián 一個多少錢？	Chit-e loa-che-chi?

英文	越南文
How much is it?	Cái này bao nhiêu tiền ?
How much does this cost?	Cái này bán sao ?
What's the price?	Cái này giá tiền bao nhiêu ?
How much is the total?	Tổng cộng bao nhiêu tiền ?
How much is it per item?	Một cái bao nhiêu tiền ?

問候篇

時間和天氣篇

飲食篇

溝通篇

感情篇

應用篇

生活篇

《附錄》

中文	台語
Yīgèrén yào duōshǎo qián 一個人要多少錢？	Chit-e-lan loa-che-chi?
Zhège dōngxī hěn guì 這個東西很貴	chit-e meng-kia chia kui.
zhège dōngxī hěn piányí 這個東西很便宜	chit-e meng-kia chia pan-gi.

How much is it per person?

Một người phải bao nhiêu tiền ?

This thing is very expensive.

Cái đồ này rất đắt.

This thing is very cheap.

Cái đồ này rất rẻ.

問候篇

時間和天氣篇

飲食篇

溝通篇

感情篇

應用篇

生活篇

《附錄》

中文	台語
nǐ yào chī shénme **你要吃什麼？**	Li siu-beh chiah siam-mi?
Wǒ xiǎng chī hànbǎo **我想吃漢堡**	Goa siu-beh chiah hang-pao.
wǒ xiǎng chī zhá jī **我想吃炸雞**	Goa siu-beh chiah cha-jie.
wǒ xiǎng chī shǔ tiáo **我想吃薯條**	Goa siu-beh chiah su-tiau.
wǒ xiǎng chī règǒu **我想吃熱狗**	Goa siu-beh chiah reh-kuo.

ĐI TIỆM THỨC ĂN NHANH

英文	越南文
What would you like to eat?	Ông (Bà, cô, cậu…) muốn ăn gì ?
I want hamburgers.	Tôi muốn ăn bánh mì Hamburger.
I want fried chicken.	Tôi muốn ăn gà chiên.
I want French fries.	Tôi muốn ăn khoai tây chiên.
I want hot dogs.	Tôi muốn ăn lạp xưởng tây.

問候篇
時間和天氣篇
飲食篇
溝通篇
感情篇
應用篇
生活篇
《附錄》

wǒ xiǎng chī shǔ tiáo
我想吃薯條

Goa siu-beh chiah su-tiao.

wǒ xiǎng chī pīsà
我想吃披薩

Goa siu-beh chiah pi-sa.

wǒ xiǎng chī sānmíngzhì
我想吃三明治

Goa siu-beh chiah san-ming-chih.

問候篇

時間和天氣篇

飲食篇

溝通篇

感情篇

應用篇

生活篇

《附錄》

英文	越南文
I want French fries.	Tôi muốn ăn khoai tây chiên.
I want pizzas.	Tôi muốn ăn bánh Pizza.
I want sandwiches.	Tôi muốn ăn bánh mì Sanwich

Lim-im-liau

中文	台語

nǐ xiǎng hē shénme
你想喝什麼？

Li siu-beh lim siam-mi?

Wǒ xiǎng hē kělè
我想喝可樂

Goa siu-beh lim co-la.

wǒ xiǎng hē kāfēi
我想喝咖啡

Goa siu-beh lim ka-pi.

wǒ xiǎng hē hóngchá
我 想 喝 紅茶

Goa siu-beh lim ong-te.

wǒ xiǎng hē nǎichá
我想喝奶茶

Goa siu-beh lim
nai-cha.

問候篇

時間和天氣篇

飲食篇

溝通篇

感情篇

應用篇

生活篇

《附錄》

Drinks	UỐNG NƯỚC GIẢI KHÁT
英文	**越南文**

What would you like to drink?	Ông (Bà, cô, cậu…) muốn uống gì ?
I want coke.	Tôi muốn uống coca.
I want coffee.	Tôi muốn uống cà phê.
I want black tea.	Tôi muốn uống trà Lipton.
I want milk tea.	Tôi muốn uống trà sữa.

中文	台語
wǒ xiǎng hē liǔ chéngzhī 我想喝柳橙汁	Goa siu-beh lim lu-ding-chiap.
wǒ xiǎng yào nǎi xī 我想要奶昔	Goa siu-beh lim nai-ci.
wǒ xiǎng yào bīngqílín 我想要冰淇淋	Goa siu-beh peng-ki-lin.
gěi wǒ rè hóngchá 給我熱紅茶	Ho-goa sio-ong-te.
gěi wǒ bīng kāfēi 給我冰咖啡	Ho-goa peng-ka-pi.

英文	越南文
I want orange juice.	Tôi muốn uống nước cam.
I want milk shake.	Tôi muốn ăn kem sữa lỏng.
I want ice cream.	Tôi muốn ăn kem.
I want hot black tea.	Cho tôi trà Lipton nóng.
I want iced coffee.	Cho tôi cà phê đá.

問候篇
時間和天氣篇
飲食篇
溝通篇
感情篇
應用篇
生活篇
《附錄》

中文音節全表

表1									
聲調區分 \ 母音 子音			a	o	e	-i	er	ai	ei
唇音	雙唇音	b	ba	bo				bai	bei
		p	pa	po				pai	pei
		m	ma	mo				mai	mei
	唇齒音	f	fa	fo					fei
舌尖音		d	da		de			dai	dei
		t	ta		te			tai	
		n	na		ne			nai	nei
		l	la		le			lai	lei
舌根音		g	ga		ge			gai	gei
		k	ka		ke			kai	
		h	ha		he			hai	hei
舌面音		j							
		q							
		x							
捲舌音		zh	zha		zhe	zhi		zhai	zhei
		ch			che	chi		chai	
		sh			she	shi		shai	shei
		r			re	ri			
舌齒音		z	za		ze	zi		zai	zei
		c	ca		ce	ci		cai	
		s	sa		se	si		sai	
母音單獨表記			a		e		er	ai	

表1(續)							
聲調區分 ＼ 母音 子音		ao	ou	an	en	ang	eng	ong
唇音	雙唇音 b	bao		ban	ben	bang	beng	
	雙唇音 p	pao	pou	pan	pen	pang	peng	
	雙唇音 m	mao	mou	man	men	mang	meng	
	唇齒音 f		fou	fan	fen	fang	feng	
舌尖音	d	dao	dou	dan		dang	deng	dong
	t	tao	tou	tan		tang	teng	tong
	n	nao	nou	nan	nen	nang	neng	nong
	l	lao	lou	lan		lang	leng	long
舌根音	g	gao	gou	gan	gen	gang	geng	gong
	k	kao	kou	kan	ken	kang	keng	kong
	h	hao	hou	han	hen	hang	heng	hong
舌面音	j							
	q							
	x							
捲舌音	zh	zhao	zhou	zhan	zhen	zhang	zheng	zhong
	ch	chao	chou	chan	chen	chang	cheng	chong
	sh	shao	shou	shan	shen	shang	sheng	
	r	rao	rou	ran	ren	rang	reng	rong
舌齒音	z	zao	zou	zan	zen	zang	zeng	zong
	c	cao	cou	can	cen	cang	ceng	cong
	s	sao	sou	san	sen	sang	seng	song
母音單獨表記		ao	ou	an	en	ang		

表 2							
聲調區分 \ 子音 \ 母音			i	ia	iao	ie	iou
唇音	雙唇音	b	bi		biao	bie	
		p	pi		piao	pie	
		m	mi		miao	mie	miu
	唇齒音	f					
舌尖音		d	di		diao	die	diu
		t	ti		tiao	tie	
		b	ni		niao	nie	niu
		l	li	lia	liao	lie	liu
舌根音		g					
		k					
		h					
舌面音		j	ji	jia	jiao	jie	jiu
		q	qi	qia	qiao	qie	qiu
		x	xi	xia	xiao	xie	xiu
捲舌音		zh					
		ch					
		sh					
		r					
舌齒音		z					
		c					
		s					
母音單獨表記			yi	ya	yao	ye	you

216

表2(續)							
聲調區分	子音	母音	ian	in	iang	ing	iong
唇音	雙唇音	b	bian	bin		bing	
		p	pian	pin		ping	
		m	mian	min		ming	
	唇齒音	f					
舌尖音		d	dian			ding	
		t	tian			ting	
		b	nian	nin	niang	ning	
		l	lian	lin	liang	ling	
舌根音		g					
		k					
		h					
舌面音		j	jian	jin	jiang	jing	jiong
		q	qian	qin	qiang	qing	qiong
		x	xian	xin	xiang	xing	xiong
捲舌音		zh					
		ch					
		sh					
		r					
舌齒音		z					
		c					
		s					
母音單獨表記			yan	yin	yang	ying	yong

問候篇

時間和天氣篇

飲食篇

溝通篇

感情篇

應用篇

生活篇

《附錄》

表3								
聲調區分 \ 子音 \ 母音			u	ua	uo	uai	uei	uan	uen

聲調區分	子音		u	ua	uo	uai	uei	uan	uen
唇音	雙唇音	b							
		p							
		m							
	唇齒音	f							
	舌尖音	d	du		duo		dui	duan	dun
		t	tu		tuo		tui	tuan	tun
		n	nu		nuo			nuan	
		l	lu		luo			luan	lun
	舌根音	g	gu	gua	guo	guai	gui	guan	gun
		k	ku	kua	kuo	kuai	kui	kuan	kun
		h	hu	hua	huo	huai	hui	huan	hun
	舌面音	j							
		q							
		x							
	捲舌音	zh	zhu	zhua	zhuo	zhuai	zhui	zhuan	zhun
		ch	chu		chuo	chuai	chui	chuan	chun
		sh	shu	shua	shuo	shuai	shui	shuan	shun
		r	ru		ruo		rui	ruan	run
	舌齒音	z	zu		zuo		zui	zuan	zun
		c	cu		cuo		cui	cuan	cun
		s	su		suo		sui	suan	sun
母音單獨表記			wu	wa	wo	wai	wei	wan	wen

問候篇

天氣篇和時間

飲食篇

溝通篇

感情篇

應用篇

生活篇

《附錄》

表3(續)			uang	ueng	表4 ü	üe	üan	ün
聲調區分 \ 子音		母音	uang	ueng	ü	üe	üan	ün
唇音	雙唇音	b						
		p						
		m						
	唇齒音	f						
舌尖音		d						
		t						
		n				nü	nüe		
		l				lü	lüe		
舌根音		g	guang					
		k	kuang					
		h	huang					
舌面音		j			ju	jue	juan	jun
		q			qu	que	quan	qun
		x			xu	xue	xuan	xun
捲舌音		zh	zhuang					
		ch	chuang					
		sh	shuang					
		r						
舌齒音		z						
		c						
		s						
母音單獨表記			wang	weng	yu	yue	yuan	yun

越南語系列：11

越南人輕鬆學中文.台語 (精修版)

作者 /Nguyen Kim Nga・陳依僑 合著
責任編輯 / Linda Wu
封面設計 / Lin Lin House
內文排版 / Co Co
出版者 / 哈福企業有限公司
地址 / 新北市板橋區五權街 16 號
封面內文圖 / 取材自 Shutterstock

email ／ welike8686@Gmail.com
電話／（02）2808-4587
傳真／（02）2808-6245
出版日期／ 2021 年 11 月
台幣定價／ 349 元 (附 MP3)
港幣定價／ 116 元 (附 MP3)
郵政劃撥／ 31598840
戶名／哈福企業有限公司
Copyright © 2021 Harward Enterprise Co., Ltd.

總代理／采舍國際有限公司
地址／新北市中和區中山路二段 366 巷 10 號 3 樓
電話／（02）8245-8786
傳真／（02）8245-8718

國家圖書館出版品預行編目資料

越南人輕鬆學中文 . 台語 /Nguyen Kim Nga,
陳依僑合著 . -- 精修版 . -- 新北市：哈福企
業有限公司 , 2021.11
　　面；　公分 . --（越南語系列；11）
ISBN 978-626-95048-6-2(平裝附光碟片)

1. 漢語 2. 臺語 3. 會話

802.86   110017891

電子書格式：PDF

哈福